我的第一本
越南語發音

Lời mở đầu

Cùng với sự phát triển và hội nhập của nền kinh tế, ngày nay tiếng Việt đã được xếp vào hàng thứ 12 trên thế giới số đông người sử dụng và ngày càng được quảng bá rộng rãi hơn. Hàng năm, có không ít người nước ngoài có nhu cầu học tiếng Việt. Khi bắt đầu học một ngôn ngữ nào đó, điều đầu tiên chúng ta không thể bỏ qua chính là làm quen với bảng chữ cái và những quy luật của nó. Điều này vô cùng quan trọng, vì sẽ giúp cho người học dễ dàng tiếp cận được với ngôn ngữ đó.

Qua nhiều năm sinh sống, nghiên cứu và giảng dạy tại các trường học, doanh nghiệp, các trung tâm ngôn ngữ tại Đài Loan, tôi đã rút ra một số phương pháp giảng dạy mới, phù hợp với từng lứa tuổi, nghề nghiệp cũng như văn hóa, con người tại đất nước này. Nội dung cuốn sách đưa ra những kiến thức cơ bản nhất về nguồn gốc, lịch sử Tiếng Việt và đặc biệt còn bao gồm một trong những cách dạy, học dễ hiểu, thiết thực nhất cho cả người dạy và người học.

Từ kinh nghiệm giảng dạy tiếng Việt cho công dân Đài Loan, tôi nhận thấy có rất nhiều bạn đã lo lắng về cách phát âm của người miền Nam và miền Bắc. Vì vậy, cuốn sách này sẽ có đính kèm theo MP3 giới thiệu giọng nói của cả hai miền, giúp các học viên dễ dàng phân biệt được sự khác nhau về ngữ âm của vùng miền Việt Nam.

Sau mỗi chủ đề sẽ có các bài luyện tập, giúp người học rèn luyện kỹ năng nghe hiểu, đồng thời có cơ hội ôn luyện các từ mới đã học. Phần cuối sách là các bài học theo chủ đề thiết thực, luyện tập hội thoại cơ bản, giúp học viên có thể dễ dàng giao tiếp với người bản xứ.

Có thể nói cuốn sách này là quá trình tìm hiểu nghiên cứu chuyên sâu và tâm huyết của tác giả. Học viên cũng như độc giả hoàn thành cuốn sách này chắc chắn sẽ có được những kiến thức nhất định về tiếng Việt cơ bản và dễ dàng trong việc giao tiếp với người Việt. Tuy vậy, trong quá trình xây dựng cuốn sách, sẽ không tránh khỏi những thiếu sót và hạn chế, rất mong sự đóng góp của các thầy cô đồng nghiệp, các quý độc giả trong và ngoài nước. Hy vọng các độc giả yêu quý khi thưởng thức cuốn sách này sẽ có được niềm vui và sự thoải mái. Trân trọng !

Tác giả   *Nguyễn Thu Hằng*

前言

　　隨著經濟發展，越南語的應用現已高居世界前12名，最多人使用的語種之一，因此每年都有許多外國人開始學習越南語。當要開始學習越南語時，一定要先認識字母表，這是讓我們開始接觸這個語言的重要元素。一定要掌握住這些字母與其運作規則。

　　筆者依據經過了多年在台灣生活、研究，及於許多學校、企業與語言中心教學越南語的經驗，歸納出很多新的教學方法，適用於各種年齡，職業和文化的人。這本《我的第一本越南語發音》的內容記述有關越南語的起源、歷史，融入越南當地特殊的文化，內容容易理解且實用，適合教學者及學習者。

　　在教台灣人越語的過程中，我發現很多人對於南、北越發音感到困惑。所以這本書隨附的 MP3 亦收錄南、北越兩種不同的發音，有助於學員去分辨。

　　每個章節的後面有設計練習題，讀者可以從克漏字、看圖說故事的方式去練習這些實用的單字，來幫助記憶。書本的最後，有生活化的情境設定，讓您可以從中練習會話，掌握基本與越南人用越南語交談的方式。

　　本書可謂是筆者對於越南語教學經過深入研究的過程後所產生嘔心瀝血之作。各位讀者若能讀完這本書一定會學到實用、容易與越南人進行溝通的越南語。然而，在撰寫本書的過程當中，難免還是會遭遇一些不易克服、未臻完美之處，期盼各位親愛的讀者以及教學同業們能不吝給予建言及賜教。希望親愛的各位會喜歡這本書，並快樂地學習越南語。

作者　阮秋姮

目錄（Mục lục）

Part 1　母音

Part 2　子音

Part 3　尾音

字喃（Chữ Nôm）

　　「字喃」是越南人用的古文字。以前的越南人一直都認為自己是南方人（中國人是北方人）。所以越南人自己創造的文字系統，即稱為「字喃」。

　　字喃還被稱為國音字，這個文字系統可被用來記錄越南語的韻律，裡面包含漢－越詞與其他單字。字喃包含標準的漢字部首及其他單字的規則。

　　那字喃的來源是哪裡呢？又是何時被創造的？目前並沒有明確的答案。主要說法為西元初期幾世紀，在漢人征服交趾地區（北越）的時代。但也有很多其他的資料說明字喃出現於雄王時代或第二世紀東漢時代。

　　而在西元1990年的一些研究中，很多學者對於字喃出現時期的結論是自西元938年吳權敉平叛亂勝利後，越南人正式脫離北方中國統治的十世紀開始。

　　不過，字喃一開始只是用來記錄地名、人名或是用來取代漢文無法呈現的部分。但漸漸地，字喃也走進詩歌裡，具有感動人心、娛樂、及詞曲創作的功能。（14世紀－20世紀）

　　詩人阮攸的《金雲翹傳》及阮廷昭的《蓼雲仙》都是在歷史上相當重要的字喃詩歌傑作。

　　但到了現代，越南的國民教育已經沒有在教字喃了。但至今仍然能從在古詩、廟宇、古蹟等建築物上找到字喃的蹤跡。

字喃的結構小知識

　　字喃的結構其實很有趣，看起來就像是兩個中文字結合在一起。一般而言，一個字喃中的兩個中文字都各有其重要機能，其中一個作為越文字的「字義」、另外一個則為越文字的「發音」。此外，字喃的結合方式分別有左右結合及上下結合等方式。我們快點舉些例子來看看吧！

「左右結合」型	「上下結合」型
a. 巴三	b. 於在

　　如「a. 巴三（左巴右三）」為越語的「ba（三）」的字喃。如同左邊的「巴」是發音（ㄅㄚ 音同 ba），右邊的「三」是其字義；另外「b. 於在（上於下在）」則為「ở（在）」的字喃。上面的「於」是發音（古音近似 ở），下面的「在」則是它的字義。

　　如果能通盤深入了解字喃，對於學習越語也有很大的助益。不過，現今的越南社會中，普遍的國民教育裡並沒有教授字喃。只有在少數的大學裡才有機會能更深入的學習到或研究字喃。

漢越詞介紹（*Giới thiệu về từ Hán Việt*）

越南千年以來與中國的關係密切，在文化、生活等層面上帶來許多正向的影響。

首先最必要提出的是「漢越詞」。「漢越詞」是以越南語發音，但源自中國語文延伸而來的越南語詞彙。早期的漢越詞文字是漢文，隨著現代越語文字的發明，今日的漢越詞已改用拉丁字母來拼字。

大多數的漢越詞形成於第十世紀，當時的越南已成為一個獨立的國家。

根據越南語的形成，許多越南的文學家都將漢越詞分成 3 類：

－ 古漢越：在唐朝時代之前，漢文以口語交流的方式出現在越南語詞彙中。

－ 漢越：從唐朝時代到第 10 世紀，一些漢字融入越南語。

－ 漢越化：形成時間不明，而古漢越及漢越形態類似，但不屬於這兩者，被另外歸成一類的文字。

但無論如何皆不能否認，漢越詞對於越南語詞彙的演變具有非常大的貢獻。到了現代，漢越詞在越南語詞彙裡依然有相當大的佔比，並且在使用上非常普遍。

漢越詞的實際應用

如上所述，漢越詞的詞彙至今仍大量存在於越南語中，對於母語是中文的學習者而言，學習上會產生許多便利。

舉個例子來說，越南語中漢越詞為「công」時，大抵上等於許多中文唸作「ㄍㄨㄥ」的字。「công an」這個字的漢越詞是【公安】，也就是越南的「警察」的意思，下面我們再看一些例子會更加清楚（下方【　】內的指的是越語單字的漢越詞）：

> công khai 【公開】公開　　công cộng 【公共】公共

剛剛也有提到，基本上「công」發音的漢越詞與唸作「ㄍㄨㄥ」的許多字都通，我們看看其他的用例：

> công nhân 【工人】工人　　công lao 【功勞】功勞

如此一來，若要記憶漢越詞為「công」開頭的生字時，只要以憑著發音推敲，就能夠大概猜到中文的意思了，是不是很方便呢？

不過要小心，還是要注意有些字的漢越詞跟中文字義可能會意思有所出入，背單字時要注意。例如：

> công tác 【工作】出差

中文裡「工作」跟「出差」意思還是有所不同吧！但是大體來說，只要懂得漢越詞的結構，背越語單字會變得輕鬆不費力喔！

越南語概論（*Giới thiệu về chữ Quốc Ngữ*）

　　十六世紀，西方的傳教士搭船自現今越南南定省的沿海上岸，將天主教傳給越南人的時候開始，也奠定了越南現今國字的里程碑。

　　傳教士們一開始要學習漢字及字喃來與越南本地人溝通，但是後來他們開始用拉丁字母來拼出越南語的發音。

　　最初抵達的是來自葡萄牙的傳教士，緊接而來的則是西班牙的傳教士，他們先後設計出這樣的字母架構，最後集大成造就了現代的越南語系統。在那個時代裡，越南人的發音被大量記載在天主教的文獻當中。

　　但這種字母拼音式的越南文經過了300年仍還未被列為正式的文字，直到法國人到了越南為止。西元1869年2月22號 Marie Gustave Hector Ohier 與當時的阮朝簽訂協議，從此在南越的應用的公文必須用拼音文字代替儒字。

　　西元1899年1月1日公布，往後的正式公文必須要用拼音式的越文字書寫。

　　在《嘉亭報》發布的同時，第一份以越南語撰寫的報紙隨之誕生。報中文句的拼寫清楚，展現出越南拼音文字的全面機能，成為未來許多越南文作品的開路者。越南語言與文字終於統一，成為現今的樣貌。

▲現今越南語拼音文字的創造者，法籍
的 Alexandre de Rhodes 神父。

越南語字母表（Bảng chữ cái tiếng Việt）

越南語有 29 個字母

12 個（單）母音

B 00-01
N 00-01

A a	Ă ă	Â â
E e	Ê ê	I i
O o	Ô ô	Ơ ơ
U u	Ư ư	Y y

17 個（單）子音

B 00-02
N 00-02

B b	C c	D d
Đ đ	G g	H h
K k	L l	M m
N n	P p	Q q
R r	S s	T t
V v	X x	

雙母音表（**Nguyên âm đôi**）

23 個雙母音

B00-03
N00-03

AI ai	AY ay	ÂY ây	AO ao
AU au	ÂU âu	EO eo	ÊU êu
IA ia	IU iu	OA oa	OE oe
OI oi	ÔI ôi	ƠI ơi	UA ua
UÊ uê	UI ui	UƠ uơ	UY uy
ƯA ưa	ƯI ưi	ƯU ưu	

三母音表（**Nguyên âm ba**）

11 個三母音

B00-04
N00-04

IÊU iêu	OAI oai	OAY oay
OEO oeo	UÂY uây	UÔI uôi
ƯƠI ươi	ƯƠU ươu	UYA uya
UYU uyu	YÊU yêu	

複子音表（Phụ âm kép）

11 個複子音

B00-05
N00-05

CH ch	NH nh	GI gi
GH gh	NG ng	NGH ngh
KH kh	PH ph	QU qu
TH th	TR tr	

— ngh 與 ng 同源，只是在接續 a, u, o……等部分母音時會變成 ngh，故仍算雙子音。ngh 與母音的結合如下：

與母音結合：**e, ê, i**（例：nghe, nghể, nghĩ…）

與五個雙母音結合：**eo, êu, ia, iêu, iu**（例：nghèo, nghêu, nghĩa, nghiêu, nghiu）

與五個母音及尾音結合：**iêm, iên, iêng, ênh, inh**（例：nghiêm, nghiên, nghiêng, nghênh, nghinh）

— **gh** 只能與：**e, ê, i** 結合（例：ghe, ghê, ghế, ghi…）

— **q** 一定與 **u** 結合 = qu（例：quê, qua, quen…）

— **p** 一定與 **h** 結合 = ph（例：phở, phương, phi…）

— 雙子音有自己的發音方式，並非直接唸出各個子音的發音。

如何登打越南字？
（Làm sao để gõ chữ tiếng Việt?）

一般的越南人，都會在電腦下載這兩個軟體：Unikey 或 Vietkey。

主要有兩種打法：**TELEX** 及 **VNI**.

TELEX 打法

字母	打字方式	聲調	輸入例	結果
ă	aw	銳聲 (s)	nawngs	nắng
â	aa	玄聲 (f)	caanf	cần
đ	dd	問聲 (r)	dder	đẻ
ô	oo	跌聲 (x)	mooix	mỗi
ơ	ow	重聲 (j)	sowij	sợi
ê	ee		bee	bẻ
ư	uw, hoặc w		tuw	tư

UNI 打法

字母	打字方式	輸入例	結果
ă	a8	a8n	ăn
â	a6	a6n	ân
đ	d9	d9i	đi
ê	e6	e6m	êm
ô	o6	o6m	ôm
ơ	o7	co7m	cơm
ư	u7	cu7ng	cưng
sắc 銳聲	1	ca1	cá
huyền 玄聲	2	ba2	bà
hỏi 問聲	3	cha3	chả
ngã 跌聲	4	xa4	xã
nặng 重聲	5	lim5	lịm

母音與子音的結合
（Sự kết hợp giữa nguyên âm và phụ âm）

● 在越南語中，每一個字母都代表一個音，兩個字母以上的結合就可以是一個字 (須有母音及子音)。

例如：

$$b + a = ba$$

● 單字的基本組態是：子音 (單子音/複子音) + 母音 (單母音/雙母音/三母音) + 尾音 (單母音/子音/複子音) + 聲調。

但也有些例外的情況如下：

例如：

Yêu （無子音）　　Hoa （無尾音）　　Út （無子音）

＊單字的結構組合有很多，但每個單字一定會有母音。

● 右邊這些母音一定要加尾音才能構成單字 (含母音型及子音型的尾音)：

Â, IÊ, UÂ, UÔ, UƠ, YÊ

例如：

ân, yêu, uống

● Ă, OĂ, UYÊ 這三個母音一定要加子音型的尾音。

例如：

ăn, uyên, khoăn

● OA, OE, UÊ, UY 這四組雙母音可以獨立組成一個單字，或也可以添加子音、尾音或兩者都同時都添加。

例如：

ọe, toét, tuy

子音及複子音型之尾音（Phụ âm cuối）

越南語中，中子音型態的尾音共有以下8個：

p	t
c	ch
m	n
ng	nh

- 有些尾音是由兩個子音結合成雙子音型態的尾音。
- 以 p, m 作尾音的字，在發音結束後須將嘴唇緊閉。
- 當尾音 c, ng 分別結合母音 o, ô, u 時，嘴型要鼓口，嘴巴裡要鼓出很大的空間才會發得準。
- 以 ch 及 p 作尾音時，只會出現聲調為銳聲 (thanh sắc) 或重聲 (thanh nặng) 的單字而已。

聲調（Thanh điệu）

越南語有聲調，相同的發音加上不同的聲調，就擁有不同的意思。

聲調表達了發音的音階高低，在每個音節呈現高度的轉變。

在越南語中，每個單字都只會有一個聲調。

在越南語中，一共有六個聲調：玄聲、銳聲、問聲、跌聲、重聲及平聲。

聲調會被標示在母音的上方，平聲則無任何標示，重聲則標示在下方。

碰到雙母音沒有尾音時，聲調會被標在倒數第二個字母上。例如：chùa, chìa, chửa…

若三母音或多母音有接尾音的話，聲調會被標在最後一個母音字母上。例如 ví dụ：vương, tiếng, chuồng…

以下是越南語聲調的系統：

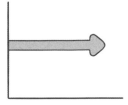

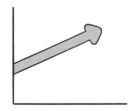

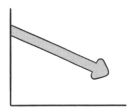

平聲 (thanh ngang): **a**（無標記）　　銳聲 (thanh sắc): á　　　　玄聲 (thanh huyền): à

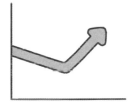

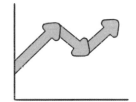

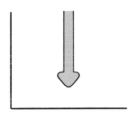

問聲 (thanh hỏi): **ả**　　　　跌聲 (thanh ngã): ã　　　　重聲 (thanh nặng): ạ

　　另外，越南語的南音中，問聲、跌聲、重聲的聲調與北音不一樣，圖如下（聽MP3時，南音的問聲～重聲請參考下面這三個圖）：

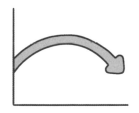

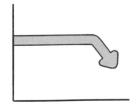

問聲 (thanh hỏi): **ả**　　　　跌聲 (thanh ngã): ã　　　　重聲 (thanh nặng): ạ

　　其中，南音的問聲及跌聲幾乎是一模一樣的，重聲則是先拉一段長音後才迅速下垂。

母音練習（**a, ă, â, e, ê, i**）🎧 B01-01 N01-01

Aa

發音參考 發音時，將嘴巴張大，發出「啊」的音。

Ăă

發音參考 發音時，張開跟 A 一樣大的嘴型，但 ă 是短音，所以發出「啊」＋中文的 2 聲。

Ââ

發音參考 發音時，嘴型比 A 小，將音調上揚，念出「鵝」的音。

Ee

發音參考 發音時，嘴型呈現扁平狀地延伸到兩側，舌根往後縮。

Êê

發音參考 與 E 相比，發音時嘴巴縮回來，嘴型比較小。

Ii

發音參考 在越南稱為「短 i」。發音時，跟中文的「一」發音相似。

單字練習（a, ă, â, e, ê, i） B01-02 N01-02

con cá
魚

ba lô
背包

ăn
吃

khăn
圍巾

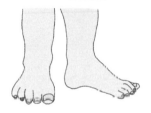
chân
腳

cái cân
秤

em bé
嬰兒

北越 **quả me**
南越 **trái me**
羅望子

北越 **quả lê**
南越 **trái lê**
水梨

chú hề
小丑

北越 **bí ngô**
南越 **bí đỏ**
南瓜

北越 **hòn bi**
南越 **cục bi**
彈珠

母音練習（y, o, ô, ơ, u, ư） 🎧 B01-03 N01-03

Yy

Y

y

發音參考 與 i 的念法一樣，稱為「長 Y」，能單獨與其他母音或尾音結合。例：iêu（無意）跟 yêu（愛）。

Oo

O

o

發音參考 發音時，嘴巴呈半圓形，嘴型稍大發出「ㄛ」的發音。

Ôô

Ô

ô

發音參考 發音時同「o」，但嘴型呈現稍小。

Ơơ

Ơ

ơ

發音參考 發音時，嘴型比「o」更小，發出類似「ㄜ」的發音。

Uu

U

u

發音參考 發音時將嘴形嘟起，發出等同於「ㄨ」的發音。

Ưư

Ư

ư

發音參考 以類似ㄜ的嘴發出音型，但向兩側扁平延伸。

🔗 單字練習（y, o, ô, ơ, u, ư） 🎧 B01-04 N01-04

y tá
護士

kỹ sư
工程師

con bò
牛

con ong
蜜蜂

xổ số
樂透

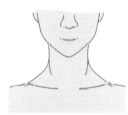

cổ
脖子

lá cờ
旗

nơ
結、領結

gù lưng
駝背

đu đủ
木瓜

sư tử
獅子

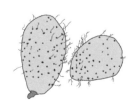

củ từ
甘薯

母音應用練習（a~ư）

一 聽力測驗（請試寫出你聽到的音） 🎧 B01-05 N01-05

1. _____ 2. _____ 3. _____ 4. _____ 5. _____

6. _____ 7. _____ 8. _____ 9. _____ 10. _____

二 聽力測驗（請選出你聽到的音） 🎧 B01-06 N01-06

1. o / ư   2. ơ / ư   3. ô / u   4. ê / e   5. i / e

三 大小寫轉換

1. Ô → _____   2. Ư → _____
3. Ơ → _____   4. ă → _____
5. ê → _____   6. Â → _____

四 克漏字

1. k _____ sư   工程師   2. s _____ t _____   獅子
3. đ _____ đ _____   木瓜   4. n _____   結、領結
5. con c _____   魚   6. cái c _____ n   秤
7. chú h _____   小丑   8. b _____ lo   背包

五 選擇練習

( ) 1. 牛   ❶con bò   ❷con bờ
( ) 2. 吃   ❶ăn   ❷ân
( ) 3. 樂透 ❶xỏ só   ❷xổ số
( ) 4. 嬰兒 ❶em bế   ❷em bé
( ) 5. 腳   ❶chên   ❷chân

六 連連看

A	B	C	D

lá cờ

北越 hòn bi

南越 cục bi

北越 quả lê

南越 trái lê

北越 quả me

南越 trái me

雙母音練習（ ai, ay, ây, ao, au, âu ） B01-07 N01-07

AI ai

AI

ai

發音參考 發音時發出「ㄚㄧ（ㄚ音稍長）」的音，記得重音放在 a。

AY ay

AY

ay

發音參考 發音時發出「ㄚㄧ（ㄧ音稍長）」的音，記得重音放在 y。

ÂY ây

ÂY

ây

發音參考 發音時發出等同英文 A 的發音，重音則放在 â。

AO ao

AO

ao

發音參考 發音時發出「ㄚㄡ（ㄚ音稍長）」的音，a 的音拖得較長，但結束時停留在 o 的嘴型。

AU au

AU

au

發音參考 發音時發出「ㄚㄨ（短促音）」的音，記得結束時停留 u 的嘴型。

ÂU âu

ÂU

âu

發音參考 發音時發出等同「ㄡ」的發音，但結束時停留在 u 的嘴型。

單字練習（ai, ay, ây, ao, au, âu） B01-08
N01-08

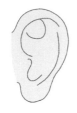 **cái tai**
耳朵

 **củ cải**
蘿蔔

 **cái tay**
手

 **máy bay**
飛機

 **cây**
樹

 **gậy**
棍子

 **áo dài**
奧黛

 **tờ báo**
報紙

 **số sáu**
（數字）六

 **giàu có**
富有

 **con trâu**
水牛

 **cái đầu**
頭

雙母音練習（ eo, êu, ia, iu, oa, oe ） 🎧 B01-09
N01-09

EO eo

EO

eo

發音參考 發音時發出如中文「せて」的音，但 e 的音拉得比較長。

ÊU êu

ÊU

êu

發音參考 發音時發出如中文「せメ」的音，訣竅是在唸「ê + u」的音唸得很快。

IA ia

IA

ia

發音參考 發音時發出如同「一さ」的音（此組合裡的 a 不按照常規發音）。

IU iu

IU

iu

發音參考 發音時發出如中文「一メ」的音，訣竅是在唸「i + u」時唸得很快。。

OA oa

OA

oa

發音參考 發音時發出如中文「メY」的音，結束嘴型是開口的。

OE oe

OE

oe

發音參考 發音時發出如中文「メせ」的音（せ音拉長，e 必須呈現是扁平狀的嘴型）。

單字練習（ **eo, êu, ia, iu, oa, oe** ） B01-10
N01-10

con mèo
貓

kéo co
拔河

cái phễu
漏斗

Trời ơi!
kêu ca
哀哀叫
圖文：天啊！

nghĩa địa
墓園

cây mía
甘蔗

cái rìu
斧頭

chịu khó
認真、吃苦耐勞

họa sĩ
畫家

cái loa
揚聲器

khỏe
健康

khoe khoang
炫耀

雙母音應用練習（ai~oe）

一 聽力測驗（請試寫出你聽到的音） 🎧 B01-11 N01-11

1. _____   2. _____   3. _____   4. _____   5. _____

6. _____   7. _____   8. _____   9. _____   10. _____

二 聽力測驗（請選出你聽到的音） 🎧 B01-12 N01-12

1. ai / ay   2. ao / au   3. ia / iu   4. oa / oe   5. eo / êu

三 大小寫轉換

1. ÊU → _____   2. ao → _____
3. ÂU → _____   4. OE → _____
5. ây → _____   6. AY → _____

四 克漏字

1. m _____ b _____   飛機   2. ngh _____ đ _____   墓園
3. con tr _____   水牛   4. kh _____ khoang   炫耀
5. c _____ m _____   甘蔗   6. h _____ sĩ   畫家
7. k _____ co   拔河   8. tờ b _____   報紙

五 選擇練習

（　）1. 耳朵   ❶cái tai   ❷cái tay
（　）2. 樹   ❶cay   ❷cây
（　）3. 漏斗   ❶cái phễu   ❷cái phẽo
（　）4. 斧頭   ❶cái rìa   ❷cái rìu
（　）5. 富有   ❶giầu có   ❷giàu có

六 連連看

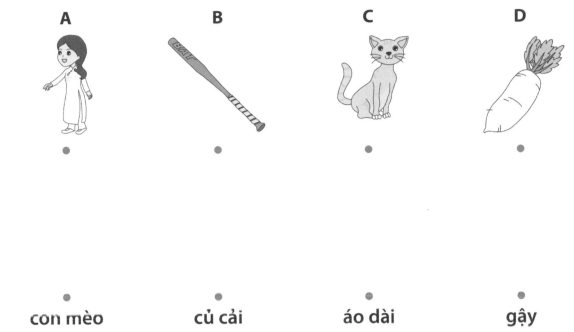

A	B	C	D
con mèo	củ cải	áo dài	gậy

雙母音練習（ **oi, ôi, ơi, ua, uê, ui** ）

OI oi

OI

oi

發音參考 發音時，將 oi 越語 o 的音及越語 i 的音相互結合並快速唸過去即可。

ÔI ôi

ÔI

ôi

發音參考 發音時，將 ôi 越語 ô 的音＋越語 i 的音相互結合並快速唸過去即可。

ƠI ơi

ƠI

ơi

發音參考 發音時，將 ơi 越語 ơ 的音＋越語 i 的音相互結合並快速唸過去即可。

UA ua

UA

ua

發音參考 ua 發音時，發出 u＋ ㄜ 的音（此組合裡的 a 不按照常規發音）。

UÊ uê

UÊ

uê

發音參考 發音時，將 uê 越語 u 的音＋越語 ê 的音相互結合並快速唸過去即可。

UI ui

UI

ui

發音參考 發音時，將 ui 越語 u 的音＋越語 i 的音相互結合並快速唸過去即可。

單字練習（oi, ôi, ơi, ua, uê, ui） B01-14
N01-14

bói toán
算命

hói đầu
禿頭

hôi thối
臭

Hội An
會安

thời gian
時間

đi chơi
去玩

chùa chiền
寺廟

của cải
財產

北越 **hoa huệ**
南越 **bông huệ**
晚香玉

thuê xe
租車

cái mũi
鼻子

núi cao
高山

雙母音練習（ **uơ, uy, ưa, ưi, ưu** ）🎧 B01-15
N01-15

UƠ uơ

UƠ

uơ

發音參考 uơ 發音時，將越語 u 的音及越語 ơ 的音相互結合並快速唸過去即可。

UY uy

UY

uy

發音參考 uy 發音時，將越語 u 的音及越語 y 的音結合念快（重音放在 y）。

ƯA ưa

ƯA

ưa

發音參考 ưa 發音時，發出「ư+ さ」的音（此組合裡的 a 不按照常規發音）。

ƯI ưi

ƯI

ưi

發音參考 ưi 發音時，將越語 ư 的音及越語 i 的音結合念快（重音放在 ư）。

ƯU ưu

ƯU

ưu

發音參考 ưu 發音時，將越語 ư 的音及越語 u 的音結合並快速唸過去即可。

單字練習（uơ, uy, ưa, ưi, ưu） 🎧 B01-16
N01-16

quở trách
責罵
*q為罕見子音，發音同qu
（請參考52頁）。

thuở nhỏ
小時候

hủy hoại
毀壞

quỳ
跪

con ngựa
馬

bừa bãi
亂七八糟

北越 **ngửi**
南越 **hửi**
聞

chửi bới
罵

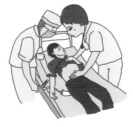

cấp cứu
急救

sưu tập
收集

雙母音應用練習（oi~ưu）

一 聽力測驗（請試寫出你聽到的音） 🎧 B01-17
N01-17

1. _____ 2. _____ 3. _____ 4. _____ 5. _____

6. _____ 7. _____ 8. _____ 9. _____ 10. _____

二 聽力測驗（請選出你聽到的音） 🎧 B01-18
N01-18

1. uy / ui　　2. ưu / ươ　　3. oi / ôi　　4. ưa / ua　　5. ơi / ui

三 大小寫轉換

1. ÔI → _____ 　　2. ƯA → _____

3. ưu → _____ 　　4. ƠI → _____

5. UÊ → _____

四 克漏字

1. h _____ th _____ 　臭　　　2. c _____ cải　　財產

3. cái m _____ 　鼻子　　　4. b _____ bãi　　亂七八糟

5. th _____ gian　時間　　　6. cấp c _____ 　急救

7. s _____ tập　收集　　　8. 北 ng _____ 　聞

　　　　　　　　　　　　　南 h _____

五 選擇練習

（　）1. 算命　　❶ bói toán　　❷ bới toán

（　）2. 小時候　❶ thuể nhỏ　　❷ thuở nhỏ

（　）3. 去玩　　❶ đi chơi　　❷ đi chôi

（　）4. 跪　　　❶ quỳ　　　　❷ qùi

（　）5. 馬　　　❶ con ngua　　❷ con ngựa

六 連連看

A	B	C	D

北越 ngửi   chùa chiền   Hội An   北越 hoa huệ

南越 hửi   南越 bông huệ

💡 解答

一 1. ôi   2. ua   3. ui   4. uy   5. ưa   6. ơi   7. ươ   8. uê   9. ưu   10. oi

二 1. uy   2. ưu   3. oi   4. ua   5. ơi

三 1. ÔI → ôi   2. ƯA → ưa   3. ưu → ƯU   4. Ơi → ơi   5. UÊ → uê

四 1. hôi thối   2. của cải   3. cái mũi   4. bừa bãi   5. thời gian   6. cấp cứu   7. sưu tập
    8. 北 ngửi (南 hửi)

五 1. ❶ bói toán   2. ❷ thuở nhỏ   3. ❶ đi chơi   4. ❶ quỳ   5. ❷ con ngựa

六 Ⓐ chùa chiền   Ⓑ Hội An   Ⓒ 北 hoa huệ (南 bông huệ)   Ⓓ 北 ngửi (南 hửi)

三母音練習（ iêu, yêu, oai, oay, oeo, uây ）

●三母音都屬於長音

IÊU iêu

IÊU

iêu

發音參考 依序將越語 i + ê + u 這三個母音結合在一起，然後快速地唸過即可。

YÊU yêu

YÊU

yêu

發音參考 與 iêu 的發音相同，但 yêu 不會與任何子音或雙子音結合，只會單獨應用。

OAI oai

OAI

oai

發音參考 依序將越語 o + a + i 這三個母音結合在一起，然後快速地唸過即可 (請注意重音放在 oa)。

OAY oay

OAY

oay

發音參考 依序將越語 o + a + y 這三個母音結合在一起，然後快速地唸過即可 (請注音重音放在 y, oay 要拉長音)。

OEO oeo

OEO

oeo

發音參考 依序將越語 o + e +o 這三個母音結合在一起，然後快速地唸過，發音結束時嘴型呈嘟嘴狀。

UÂY uây

UÂY

uây

發音參考 依序將越語 u + ây 這兩個母音結合在一起，然後快速地唸過即可。

單字練習（iêu, yêu, oai, oay, oeo, uây） B01-20 N01-20

 北越 **hạt điều**
南越 **hột điều**
腰果

  **siêu thị**
超市

 **người yêu**
情人

yếu đuối
虛弱、脆弱

 **kem xoài**
芒果冰

khoai tây
馬鈴薯

 **ghế xoay**
轉椅

 **gió xoáy**
龍捲風

 **ngoéo tay**
打勾勾

 **ngoẹo cổ**
扭脖子

 **quầy hàng**
攤位
*q為罕見子音，發音同qu
（請參考52頁）。

  北越 **khuấy bột**
南越 **quậy bột**
攪拌麵粉

三母音練習（uôi, ươi, ươu, uya, uyu）

UÔI uôi

UÔI

uôi

發音參考 依序將越語 u + ôi 這兩個母音結合在一起，然後快速地唸過即可。

ƯƠI ươi

ƯƠI

ươi

發音參考 依序將越語 ươ + i 這兩個母音結合在一起，然後快速地唸過即可。

ƯƠU ươu

ƯƠU

ươu

發音參考 依序將越語 ư + ơu 這兩個母音結合在一起，然後快速地唸過即可。

UYA uya

UYA

uya

發音參考 依序快速唸出越語 u + y ㄝ 這樣的組合即可 (請注音這個組合中的 a 並不按照常規發音)。

UYU uyu

UYU

uyu

發音參考 依序將越語 u + y + u 這三個母音結合在一起，然後快速地唸過，發音結束時嘴型呈嘟嘴狀。

單字練習（uôi, ươi, ươu, uya, uyu） B01-22 N01-22

 **muối**
鹽巴

 北越 **quả chuối**
南越 **trái chuối**
香蕉

 北越 **hoa tươi**
南越 **bông tươi**
鮮花

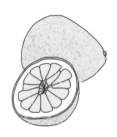 北越 **quả bưởi**
南越 **trái bưởi**
柚子

 **con hươu**
鹿

 北越 **rượu gạo**
南越 **rượu nếp**
rượu đế
米酒

 **đêm khuya**
深夜

 **ăn khuya**
吃宵夜

 **khuỷu tay**
手肘

 **khúc khuỷu**
（道路）蜿蜒

三母音應用練習（iêu~uyu）

一 聽力測驗（請試寫出你聽到的音） 🎧 B01-23 N01-23

1. _____   2. _____   3. _____   4. _____   5. _____

6. _____   7. _____   8. _____   9. _____   10. _____

二 聽力測驗（請選出你聽到的音） 🎧 B01-24 N01-24

1. oai / oay   2. uây / uôi   3. uôi / ươi   4. uya / uyu   5. oeo / ươu

三 大小寫轉換

1. IÊU → _____   2. OAI → _____

3. oay → _____   4. uây → _____

5. uôi → _____

四 克漏字

1. ghế x _____   轉椅   2. yếu đ _____   虛弱、脆弱

3. kem x _____   芒果冰   4. s _____ thị   超市

5. đêm kh _____   深夜   6. kh _____ tay   手肘

7. 北 quả ch _____   香蕉   8. gió x _____   龍捲風
   南 trái ch _____

五 選擇練習

( ) 1. 馬鈴薯 ❶ khoai tây ❷ khuây tây

( ) 2. 情人   ❶ người yêu ❷ người iêu

( ) 3. 扭脖子 ❶ ngoạy cổ   ❷ ngoẹo cổ

( ) 4. 鹿   ❶ con hươu   ❷ con hiêu

( ) 5. 鹽巴   ❶ mối   ❷ muối

六 連連看

A	B	C	D
	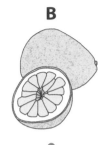		

•   •   •   •

•   •   •   •

北越 hạt điều   北越 rượu gạo   北越 quả bưởi   北越 hoa tươi

南越 hột điều   南越 rượu nếp   南越 trái bưởi   南越 bông tươi

                rượu đế

💡 解答

一 1. iêu (yêu)   2. oai   3. oeo   4. uây   5. uyu   6. uôi   7. oay   8. ươi   9. ươu   10. oay

二 1. oai   2. uôi   3. uôi   4. uya   5. ươu

三 1. IÊU → iêu   2. OAI → oai   3. oay → OAY   4. uây → UÂY   5. uôi → UÔI

四 1. ghế xoay   2. yếu đuối   3. kem xoài   4. siêu thị   5. đêm khuya   6. khuỷu tay

     7. 北 quả chuối (南 trái chuối)   8. gió xoáy

五 1. ❶khoai tây   2. ❶người yêu   3. ❷ngoẹo cổ   4. ❶con hươu   5. ❷muối

六 Ⓐ 北 hoa tươi (南 bông tươi)   Ⓑ 北 quả bưởi (南 trái bưởi)   Ⓒ 北 hạt điều (南 hột điều)

     Ⓓ 北 rượu gạo (南 rượu nếp, rượu đế)

子音練習（b, c, d, đ, g, gh）

Bb

B
b

發音參考 b 為屬嘴唇音，這個音類似ㄅ的發音，只是發出的唇音很輕。

Cc

C
c

發音參考 c 為舌根音，這個音唸出時類似中文的「個」。

Dd

D
d

發音參考 唸 d 時需以舌尖接觸牙齒，發出類似「ze」的音。

Đđ

Đ
đ

發音參考 唸 đ 時，將舌面與上顎平行接觸後發音，輕輕地發出類似「的」發音。

Gg

G
g

發音參考 g 為舌根音，發音時拖曳感地發出類似「個」的發音。

GH gh

GH
gh

發音參考 gh 的發音與 g 相同，但他只會和 e, ê, i（開頭）等母音結合而已。

單字練習（b, c, d, đ, g, gh） B02-02 N02-02

 **bánh**
餅

 **bò bê**
小牛

 **cơm**
飯

 **con cò**
鸛

 **da**
皮膚

 **dưa hấu**
西瓜

 北越 **hòn đá**
南越 **cục đá**
石頭

 **đi bộ**
走路

 **gỗ**
木頭

 **gà con**
小雞

 **ghế**
椅子

 **ghi chép**
抄寫

子音練習（h, k, l, m, n）🎧 B02-03 N02-03

Hh

H

h

發音參考 h 屬於喉音，發音時口型同注音的ㄏ。

Kk

K

k

發音參考 k 為舌根與上顎的碰觸音，字母的發音為「嘎」，拼在單字裡的讀法同注音的「ㄍ」（與 c 相同）。

Ll

L

l

發音參考 唸 l 時，須將舌尖碰觸上牙後發音，口型同注音的ㄌ。

Mm

M

m

發音參考 唸 m 時需將雙唇相碰，發時的口型同注音的ㄇ。

Nn

N

n

發音參考 n 的發音類似「呢＋中文的三聲」。

單字練習（h, k, l, m, n） B 02-04 N 02-04

hát
唱歌

hài hước
風趣

kèn bầu
越南嗩吶

kim chỉ
針線

chiếc lá
葉子

lớp học
教室

Mỹ
美國

mèo con
小貓

nước
水

nấu nướng
烹飪

子音應用練習（b~n）

一 聽力測驗（請試寫出你聽到的音）🎧 B02-05 N02-05

1. _____ 2. _____ 3. _____ 4. _____ 5. _____

6. _____ 7. _____ 8. _____ 9. _____ 10. _____

二 聽力測驗（請選出你聽到的音）🎧 B02-06 N02-06

1. g / c   2. b / m   3. d / đ   4. l / đ   5. m / n

三 大小寫轉換

1. B → _____   2. c → _____   3. D → _____   4. Đ → _____
5. g → _____   6. gh → _____   7. H → _____   8. L → _____
9. m → _____   10. N → _____

四 克漏字

1. ____ò ____ê   小牛   2. ____i chép   抄寫
3. ____ài ____ước   風趣   4. ____èo ____on   小貓
5. ____ưa ____ấu   西瓜   6. ____i ____ộ   走路
7. ____ấu ____ướng   烹飪   8. ____à ____on   小雞

五 選擇練習

（　）1. 飯   ❶cơm   ❷com
（　）2. 美國   ❶Mỹ   ❷Lỹ
（　）3. 皮膚   ❶ga   ❷da
（　）4. 椅子   ❶ghế   ❷gế
（　）5. 木頭   ❶gỗ   ❷cỗ

六 連連看

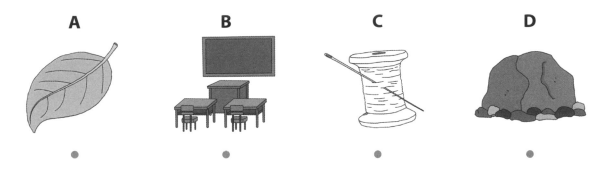

A   **B**   **C**   **D**

chiếc lá   北越 hòn đá   lớp học   kim chỉ

南越 cục đá

💡 解答

一 1. b   2. c   3. d   4. h   5. đ   6. m   7. l   8. n   9. k   10. gh (g)

二 1. g   2. b   3. đ   4. l   5. n

三 1. B → b   2. c → C   3. D → d   4. Đ → đ   5. g → G   6. gh → GH   7. H → h   8. L → l
    9. m → M   10. N → n

四 1. bò bê   2. ghi chép   3. hài hước   4. mèo con   5. dưa hấu   6. đi bộ   7. nấu nướng
    8. gà con

五 1. ❶cơm   2. ❶Mỹ   3. ❷da   4. ❶ghế   5. ❶gỗ

六 Ⓐ chiếc lá   Ⓑ lớp học   Ⓒ kim chỉ   Ⓓ 北 hòn đá (南 cục đá)

子音練習（r, s, t, v, x） 🎧 B02-07
N02-07

Rr

R
r

發音參考 r是捲舌音，發音時類似中文「惹」。

Ss

S
s

發音參考 s為捲舌氣音，發音時類似中文的「捨」。

Tt

T
t

發音參考 唸t時，須將舌尖與上顎接觸後發音，類似中文的「的」。

Vv

V
v

發音參考 唸v時，須將上排的牙齒咬住下唇所發出的音。

Xx

X
x

發音參考 唸x時，須咬牙從舌尖吐出氣音，發音類似注音的「ㄙㄜˇ」。

單字練習（r, s, t, v, x） 🎧 B 02-08
N02-08

rơm rạ
稻梗

rổ rá
篩籃

sông
河

sách
書

北越 **quả táo**
南越 **trái táo**
蘋果

tôm tép
蝦米

vẽ
畫畫

con ve
蟬

xe
車

xích–lô
人力三輪車

子音應用練習（r~x）

一 聽力測驗（請試寫出你聽到的音） 🎧 B02-09 N02-09

1. _____ 2. _____ 3. _____ 4. _____ 5. _____

6. _____ 7. _____ 8. _____ 9. _____ 10. _____

二 聽力測驗（請選出你聽到的音） 🎧 B02-10 N02-10

1. s / x 2. r / s 3. t / v 4. s / t 5. x / s

三 大小寫轉換

1. R → _____ 2. t → _____ 3. V → _____ 4. T → _____
5. v → _____ 6. S → _____ 7. X → _____ 8. t → _____
9. r → _____ 10. x → _____

四 克漏字

1. ____ ích-lô 人力三輪車 2. con ____ e 蟬
3. ____ ôm ____ ép 蝦米 4. ____ ông 河
5. ____ ách 書 6. ____ ổ ____ á 篩籃
7. ____ e 車 8. 北 quả ____ áo 蘋果
                        南 trái ____ áo

五 選擇練習

（　）1. 河 ❶sông ❷xông
（　）2. 蝦米 ❶tôm tép ❷đôm tép
（　）3. 篩籃 ❶rổ rá ❷dổ dá
（　）4. 車 ❶xe ❷se

六 連連看

A	B	C	D

•   •   •   •

rơm rạ   con ve   sách   北越 quả táo

南越 trái táo

子音練習（ph, qu, ch, tr, gi） 🎧 B02-11 N02-11

PH ph

PH

ph

發音參考 在越南語中 p 通常與 h 一起出現，發音類似注音的「ㄈ」。

QU qu

QU

qu

發音參考 在越南語中 q 通常與 u 一起出現，發音類似中文的「姑」。此外，會有少數的單字以 q 為子音，此時發音與 qu 相同。

CH ch

CH

ch

發音參考 唸 ch 時，發音類似「者」，但發音較輕，無捲舌音。

TR tr

TR

tr

發音參考 唸 tr 時，發音類似「扯」，發音較重，有捲舌音。

GI gi

GI

gi

發音參考 請注意 gi 的字母發音念「zi」，拼在單字裡的讀法念「ze」，與「d」相同。

單字練習（ph, qu, ch, tr, gi） B02-12 N02-12

phòng bán vé
售票處

北越 **pha chè**
南越 **pha trà**
泡茶

quà lưu niệm
紀念品

quê hương
家鄉

cái chuông
鈴鐺

chim chóc
鳥

trời
天

trống đồng
銅鼓

giun
蚯蚓

giếng nước
水井

子音練習（kh, ng, ngh, nh, th） 🎧 B02-13
N02-13

KH kh

KH

kh

發音參考 唸 kh 時，須將舌根碰觸上顎發出氣音，發音類似中文的「可」。

NG ng

NG

ng

發音參考 唸 ng 時，須將舌根碰觸上顎（同「個」的方式）而後輕放，發出類似中文「呢」的音。

NGH ngh

NGH

ngh

發音參考 ngh 的發音與 ng 一模一樣。通常只跟 e, ê, i 等（開頭的）母音結合。

NH nh

NH

nh

發音參考 唸 nh 時，須帶一點鼻音，以舌根與上顎碰觸所發出來的音。

TH th

TH

th

發音參考 唸 th 時，以舌尖彈出氣音，類似注音的「ㄊㄜˇ」。

🔗 單字練習（kh, ng, ngh, nh, th） 🎧 B02-14
N02-14

khỉ
猴子

khe suối
溪澗

ngon
好吃、美味

ngã
跌倒

nghệ
薑黃

nghe nói
聽說

nha y
牙醫

nhà ngói
紅磚屋

con thỏ
兔子

mùa thu
秋天

子音應用練習（ph~th）

一 聽力測驗（請試寫出你聽到的音） 🎧 B02-15 N02-15

1. _____ 2. _____ 3. _____ 4. _____ 5. _____

6. _____ 7. _____ 8. _____ 9. _____ 10. _____

二 聽力測驗（請選出你聽到的音） 🎧 B02-16 N02-16

1. nh / th 2. nh / ng 3. ch / tr 4. gi / kh 5. ng / nh

三 大小寫轉換

1. NG → _____ 2. NGH → _____ 3. ch → _____

4. tr → _____ 5. GI → _____ 6. kh → _____

7. NH → _____ 8. th → _____

四 克漏字

1. _____ es uối 溪澗 2. _____ à _____ ói 紅磚屋

3. _____ ống đồng 銅鼓 4. _____ im _____ óc 鳥

5. _____ a y 牙醫 6. _____ iếng nước 水井

7. _____ e nói 聽說 8. 北 _____ a _____ è 泡茶

                                   南 _____ a _____ à

五 選擇練習

( ) 1. 猴子 ❶khỉ ❷thỉ

( ) 2. 天 ❶chời ❷trời

( ) 3. 兔子 ❶con tỏ ❷con thỏ

( ) 4. 好吃、美味 ❶nhon ❷ngon

( ) 5. 秋天 ❶mùa thu ❷mùa thư

六 連連看

A	B	C	D

phòng bán vé   quê hương   giun   cái chuông

💡 解答

一 1. ch   2. tr   3. ng (ngh)   4. th   5. nh   6. ph   7. gi   8. kh   9. ng (ngh)   10. qu

二 1. nh   2. nh   3. tr   4. kh   5. ng

三 1. NG → ng   2. NGH → ngh   3. ch → CH   4. tr → TR   5. GI → gi   6. kh → KH
    7. NH → nh   6. th → TH

四 1. khe suối   2. nhà ngói   3. trống đồng   4. chim chóc   5. nha y
    6. giếng nước   7. nghe nói   8. 北 pha chè (南 pha trà)

五 1. ❶ khỉ   2. ❷ trời   3. ❷ con thỏ   4. ❷ ngon   5. ❶ mùa thu

六 Ⓐ phòng bán vé   Ⓑ cái chuông   Ⓒ quê hương   Ⓓ giun

尾音練習（ **ac, ăc, âc, ec** ）🎧 B03-01
N03-01

● 尾音 c 的特色是輕輕地發出「個」音收尾，只和銳聲、重聲結合。屬於短音。

AC ac

AC

ac

發音參考 發此音時，先發出 a 的音，然後結束時需停留在 c 的嘴型但 c 不發音。

ĂC ăc

ĂC

ăc

發音參考 發此音時，先發出 ă 的音，然後結束時需停留在 c 的嘴型但 c 不發音。

ÂC âc

ÂC

âc

發音參考 發此音時，先發出 â 的音，然後結束時需停留在 c 的嘴型但 c 不發音。

EC ec

EC

ec

發音參考 發此音時，先發出 e 的音，然後結束時需停留在 c 的嘴型但 c 不發音。

單字練習（ac, ăc, âc, ec） B 03-02 / N03-02

thác nước
瀑布

bác sĩ
醫生

màu sắc
顏色

mặc áo
穿衣服

北越 **quả gấc**
南越 **trái gấc**
木鱉果

nhấc tạ
舉重

tấm séc
支票

béc phun
噴嘴

尾音練習（oc, ôc, uc, ưc） 🎧 B03-03 N03-03

● 尾音 c 的特色是輕輕地發出「個」音收尾，只和銳聲、重聲結合。屬於短音。

OC oc

OC

oc

發音參考 發此音時，先發出 o，然後結尾須鼓起臉頰的閉口音。

ÔC ôc

ÔC

ôc

發音參考 發此音時，先發出 ô，然後結尾須鼓起臉頰的閉口音。

UC uc

UC

uc

發音參考 發此音時，先發出 u，然後結尾須鼓起臉頰的閉口音。

ƯC ưc

ƯC

ưc

發音參考 發此音時，先發出 ư 的音，然後結束時需停留在 c 的嘴型但 c 不發音。

單字練習（oc, ôc, uc, ưc）🎧 B03-04
N03-04

tóc
頭髮

con sóc
松鼠

con ốc
螺

bốc vác
搬運

北越 **hoa cúc**
南越 **bông cúc**
菊花

chúc phúc
祝福

圖文：祝百年好合

bực tức
生氣

chức vụ
職務

尾音練習（ iêc, oac, oăc, uôc, ươc ） 🎧 B03-05 N03-05

● 尾音 c 的特色是輕輕地發出「個」音收尾，只和銳聲、重聲結合。屬於短音。

IÊC iêc

IÊC

iêc

發音參考 發此音時，先發出 i + ê 的音，然後結束時需停留在 c 的嘴型但 c 不發音。

OAC oac

OAC

oac

發音參考 發此音時，先發出 o + a 的音，然後結束時需停留在 c 的嘴型但 c 不發音。

OĂC oăc

OĂC

oăc

發音參考 發此音時，先發出 o + ă 的音，然後結束時需停留在 c 的嘴型但 c 不發音。

UÔC uôc

UÔC

uôc

發音參考 發此音時，先發出 u + ô 的音，然後結束時需停留在 c 的嘴型但 c 不發音。

ƯƠC ươc

ƯƠC

ươc

發音參考 發此音時，先發出 ư + ơ 的音，然後結束時需停留在 c 的嘴型但 c 不發音。

單字練習（iêc, oac, oăc, uôc, ươc） B03-06 N03-06

xiếc
雜技、雜耍

làm việc
（動詞）工作

áo khoác
外套

xé toạc
扯裂、撕破

nhọn hoắc
尖頂部、尖（端）

ngoặc kép
引號

thuốc lá
香菸

ngọn đuốc
火炬

thước kẻ
尺

vết xước
刮痕

尾音應用練習（ac~ươc）

一 聽力測驗（請試寫出你聽到的音）🎧 B03-07 / N03-07

1. _____ 2. _____ 3. _____ 4. _____ 5. _____

6. _____ 7. _____ 8. _____ 9. _____ 10. _____

二 聽力測驗（請選出你聽到的音）🎧 B03-08 / N03-08

1. ec / ăc   2. oc / uc   3. oac / oăc   4. ôc / uôc   5. âc / ưc

三 大小寫轉換

1. ĂC → _____   2. UÔC → _____   3. âc → _____
4. iêc → _____   5. OC → _____   6. ec → _____
7. OĂC → _____   8. UC → _____   9. OAC → _____

四 克漏字

1. ch _____ ph _____   祝福   2. b _____ sĩ   醫生
3. màu s _____   顏色   4. b _____ phun   噴嘴
5. ngọn đ _____   火炬   6. nhọn h _____   尖頂部、尖（端）
7. con _____   螺   8. ch _____ vụ   職務
9. th _____ kẻ   尺   10. nh _____ tạ   舉重

五 選擇練習

(   ) 1. 瀑布   ❶ thác nước   ❷ thắc nước
(   ) 2. 香菸   ❶ thoắc lá   ❷ thuốc lá
(   ) 3. 引號   ❶ ngoạc kép   ❷ ngoặc kép
(   ) 4. 外套   ❶ áo khác   ❷ áo khoác
(   ) 5. 刮痕   ❶ vết xước   ❷ vết xức

六 連連看

A	B	C	D

● ● ● ●

● ● ● ●

北越 hoa cúc　　　con sóc　　　bốc vác　　　北越 quả gấc

南越 bông cúc　　　　　　　　　　　　　　　　南越 trái gấc

💡解答

一 1. uc　2. uôc　3. oc　4. ôc　5. âc　6. ec　7. ăc　8. oăc　9. ưc　10. iêc

二 1. ăc　2. oc　3. oăc　4. uôc　5. ưc

三 1. ĂC → ăc　2. UÔC → uôc　3. âc → ÂC　4. iêc → IÊC　5. OC → oc　6. ec → EC
　7. OĂC → oăc　8. UC → uc　9. OAC → oac

四 1. chúc phúc　2. bác sĩ　3. màu sắc　4. béc phun　5. ngọn đuốc　6. nhọn hoắc
　7. con ốc　8. chức vụ　9. thước kẻ　10. nhấc tạ

五 1. ❶thác nước　2. ❷thuốc lá　3. ❷ngoặc kép　4. ❷áo khoác　5. ❶vết xước

六 Ⓐ北 quả gấc (南 trái gấc)　Ⓑ北 hoa cúc (南 bông cúc)　Ⓒ con sóc　Ⓓ bốc vác

65

尾音練習（ am, ăm, âm, em, êm ） 🎧

● 越南語的尾音 *m* 在唸完時，嘴巴必須緊閉。發音時發出類似「嗯」的音。

AM am

AM
am

發音參考 發此音時，發出越語 a + m 的音即可。

ĂM ăm

ĂM
ăm

發音參考 發此音時，發出越語 ă + m 的音即可。

ÂM âm

ÂM
âm

發音參考 發此音時，發出越語 â + m 的音即可。

EM em

EM
EM

發音參考 發此音時，發出越語 e + m 的音即可。

ÊM êm

ÊM
êm

發音參考 發此音時，發出越語 ê + m 的音即可。

單字練習（am, ăm, âm, em, êm） 🎧 B03-10
N03-10

 **màu xám**
灰色

 **khám bệnh**
看病

 **số năm**
（數字）五

 **tắm**
洗澡

 **thực phẩm**
食品

 **cầm tay**
牽手

 **con tem**
郵票

 **trẻ em**
孩童、小朋友

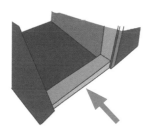 **thềm cửa**
門檻、階梯

 **đêm khuya**
半夜、深夜

尾音練習（im, om, ôm, ơm, um） 🎧 B03-11
N03-11

● 越南語的尾音 m 在唸完時，嘴巴必須緊閉。發音時發出類似「嗯」的音。

IM im

IM

im

發音參考 發此音時，發出越語 i + m 的音即可。

OM om

OM

om

發音參考 發此音時，發出越語 o + m 的音即可。

ÔM ôm

ÔM

ôm

發音參考 發此音時，發出越語 ô + m 的音即可。

ƠM ơm

ƠM

ơm

發音參考 發此音時，發出越語 ơ + m 的音即可。

UM um

UM

um

發音參考 發此音時，發出越語 u + m 的音即可。

單字練習（im, om, ôm, ơm, um） B03-12
N03-12

 **màu tím**
紫色

 **bàn phím**
鍵盤

 **đom đóm**
螢火蟲

 **làng xóm**
村落

 **con tôm**
蝦子

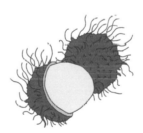 **chôm chôm**
紅毛丹

 **sáng sớm**
早晨

 **nồi cơm điện**
電子鍋

 **chùm nho**
一串葡萄

 **sum họp**
團圓、團聚

尾音練習（**iêm, yêm, oam, oăm, uôm, ươm**）

● 越南語的尾音 *m* 在唸完時，嘴巴必須緊閉。發音時發出類似「嗯」的音。

IÊM iêm

IÊM

iêm

發音參考 發此音時，將越語 i + ê + m 的音結合，然後快速地唸過即可。

YÊM yêm

YÊM

yêm

發音參考 發此音時，將越語 y + ê + m 的音結合，然後快速地唸過即可。

OAM oam

OAM

oam

發音參考 發此音時，將越語 o + a + m 的音結合，然後快速地唸過即可。

OĂM oăm

OĂM

oăm

發音參考 發此音時，將越語 o + ă + m 的音結合，然後快速地唸過即可。

UÔM uôm

UÔM

uôm

發音參考 發此音時，將越語 u + ô + m 的音結合，然後快速地唸過即可。

ƯƠM ươm

ƯƠM

ươm

發音參考 發此音時，將越語 ư + ơ + m 的音結合，然後快速地唸過即可。

單字練習（iêm, yêm, oam, oăm, uôm, ươm） 🎧 B03-14 N03-14

tiêm
打針

kiểm tra
檢查

yếm dãi
圍兜兜

北越 **yểm bùa**
南越 **yếm bùa**
下降頭

ngoạm xương
叼骨頭

ngổm ngoảm
食物塞滿嘴貌

oái oăm
怪癖

sâu hoắm
深深凹陷貌

nhuộm tóc
染髮

cánh buồm
船帆

bươm bướm
蝴蝶

lườm nguýt
瞪

71

尾音應用練習（am~yêm）

一 聽力測驗（請試寫出你聽到的音） B03-15 N03-15

1. _____ 2. _____ 3. _____ 4. _____ 5. _____

6. _____ 7. _____ 8. _____ 9. _____ 10. _____

二 聽力測驗（請選出你聽到的音） B03-16 N03-16

1. om / am   2. ăm / âm   3. em / êm   4. êm / iêm   5. am / ăm

三 大小寫轉換

1. ĂM → _____   2. ÂM → _____   3. iêm → _____

4. ươm → _____   5. ơm → _____   6. YÊM → _____

四 克漏字

1. nh _____ tóc   染髮   2. đ _____ đ _____   螢火蟲

3. t _____   打針   4. kh _____ bệnh   看病

5. ch _____ ch _____   紅毛丹   6. số n _____   五

7. làng x _____   村落   8. c _____ tay   牽手

9. l _____ nguýt   瞪   10. 北 _____ bùa   下降頭
                                  南 _____ bùa

五 選擇練習

( ) 1. 蝦子   ❶con tôm   ❷con tơm
( ) 2. 電子鍋 ❶nồi cơm điện   ❷nồi côm diện
( ) 3. 飯   ❶com   ❷cơm
( ) 4. 檢查   ❶kiểm tra   ❷kểm tra
( ) 5. 洗澡   ❶tám   ❷tắm

六 連連看

A   B   C   D

yếm dãi   chùm nho   bàn phím   trẻ em

💡 解答

一   1. om   2. am   3. um   4. ơm   5. em   6. êm   7. ăm   8. im   9. iêm (yêm)   10. am

二   1. am   2. âm   3. êm   4. iêm   5. ăm

三   1. ĂM → ăm   2. ÂM → âm   3. iêm → IÊM   4. ươm → ƯƠM   5. ƠM → ơm
      6. YÊM → yêm

四   1. nhuộm tóc   2. đom đóm   3. tiêm   4. khám bệnh   5. chôm chôm   6. số năm
      7. làng xóm   8. cầm tay   9. lườm nguýt   10. 北 yếm bùa (南 yếm bùa)

五   1. ❶con tôm   2. ❶nồi cơm điện   3. ❷cơm   4. ❶kiểm tra   5. ❷tắm

六   Ⓐ trẻ em   Ⓑ bàn phím   Ⓒ yếm dãi   Ⓓ chùm nho

尾音練習（ an, ăn, ân, en, ên ）

● 結尾 n 結合母音的發音最後以 n 的舌型結尾。尾音 n 的發音方法需將舌頭擺平，並將舌尖輕碰上排牙齒。

AN an

AN
an

發音參考 發此音時，將越語 a＋n 的音結合，發出類似「安」的音。

ĂN ăn

ĂN
ăn

發音參考 發此音時，將越語 ă＋n 的音結合，然後快速地唸過即可。ăn 為短音。

ÂN ân

ÂN
ân

發音參考 發此音時，發出類似中文「恩」的發音即可。

EN en

EN
en

發音參考 發此音時，將越語 e＋n 的音結合，然後快速地唸過即可。

ÊN ên

ÊN
ên

發音參考 發此音時，將越語 ê＋n 的音結合，然後快速地唸過即可。

單字練習（an, ăn, ân, en, ên） B03-18
N03-18

sàn nhà
地板

cái bàn
桌子

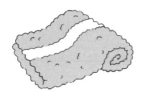
khăn tắm
浴巾

con rắn
蛇

múa lân
舞獅

cận thị
近視

北越 **hoa sen**
南越 **bông sen**
蓮花

đèn pin
手電筒
＊Pin為外來語。請聽
　MP3練習發音。

ốc sên
蝸牛

con nhện
蜘蛛

75

尾音練習（in, on, ôn, ơn, un） 🎧 B03-19
N03-19

● 結尾 n 結合母音的發音最後以 n 的舌型結尾。尾音 n 的發音方法需將舌頭擺平，並將舌尖輕碰上排牙齒。

IN in

IN

in

發音參考 發此音時，將越語 i + n 的音結合，然後快速地唸過即可。

ON on

ON

on

發音參考 發此音時，將越語 o + n 的音結合，然後快速地唸過即可。

ÔN ôn

ÔN

ôn

發音參考 發此音時，將越語 ô + n 的音結合，然後快速地唸過即可。

ƠN ơn

ƠN

ơn

發音參考 發此音時，將越語 ơ + n 的音結合，然後快速地唸過即可。

UN un

UN

un

發音參考 發此音時，將越語 u + n 的音結合，然後快速地唸過即可。

單字練習（in, on, ôn, ơn, un） 🎧 B 03-20
N 03-20

Anh sai rồi, xin lỗi em!

xin lỗi
對不起
圖文：對不起，我錯了。

số chín
（數字）九

son môi
口紅

vòng tròn
圓圈

số bốn
（數字）四

nụ hôn
吻

cơn mưa
陣雨

trơn
滑的

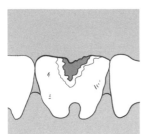

răng sún
齲齒

北越 **bún chả**
南越 **bún thịt nướng**
烤肉米線

尾音應用練習（an~un）

一 聽力測驗（請試寫出你聽到的音）🎧 B03-21 N03-21

1. _____ 2. _____ 3. _____ 4. _____ 5. _____

6. _____ 7. _____ 8. _____ 9. _____ 10. _____

二 聽力測驗（請選出你聽到的音）🎧 B03-22 N03-22

1. un / ưn 2. an / ăn 3. en / ên 4. on / ôn 5. ăn / ân

三 大小寫轉換

1. AN → _____ 2. EN → _____
3. in → _____ 4. ÂN → _____
5. ôn → _____

四 克漏字

1. x ____ lỗi　　對不起 2. c ____ mưa　　陣雨
3. s ____ nhà　　地板 4. kh ____ tắm　　浴巾
5. số ch ____　　九 6. c ____ thị　　近視
7. s ____ môi　　口紅 8. nụ h ____　　吻

五 選擇練習

（ 　）1. 滑的　　❶trơn　　❷trôn
（ 　）2. 四　　　❶số bón　　❷số bốn
（ 　）3. 圓圈　　❶vòng trờn　　❷vòng tròn
（ 　）4. 蛇　　　❶con rắn　　❷con rấn
（ 　）5. 舞獅　　❶múa lên　　❷múa lân

78

六 連連看

A	B	C	D

con nhện　　北越 bún chả　　răng sún　　đèn pin

南越 bún thịt nướng

💡 解答

一 1. ưn　2. in　3. on　4. ơn　5. an　6. ăn　7. ân　8. en　9. ên　10. ôn

二 1. ưn　2. ăn　3. en　4. ôn　5. ân

三 1. AN → an　2. EN → en　3. in → IN　4. ÂN → ân　5. ÔN → ôn

四 1. xin lỗi　2. cơn mưa　3. sàn nhà　4. khăn tắm　5. số chín　6. cận thị
7. son môi　8. nụ hôn

五 1. ❶ trơn　2. ❷ số bốn　3. ❷ vòng tròn　4. ❶ con rắn　5. ❷ múa lân

六 Ⓐ răng sún　Ⓑ 北 bún chả (南 bún thịt nướng)　Ⓒ con nhện　Ⓓ đèn pin

尾音練習（iên, yên, oan, oăn）🎧

● 結尾 n 結合母音的發音最後以 n 的舌型結尾。尾音 n 的發音方法需將舌頭擺平，並將舌尖輕碰上面牙齒。

IÊN iên

IÊN

iên

發音參考 發此音時，將越語 iê + n 的音結合，然後快速地唸過即可。

YÊN yên

YÊN

yên

發音參考 發此音時，將越語 yê + n 的音結合，然後快速地唸過即可。

OAN oan

OAN

oan

發音參考 發此音時，將越語 oa + n 的音結合，然後快速地唸過即可。

OĂN oăn

OĂN

oăn

發音參考 發此音時，將越語 oă + n 的音結合，然後快速地唸過即可。

單字練習（ iên, yên, oan, oăn ） B03-24 N03-24

tiền xu
銅板、硬幣

điện thoại
電話

chim yến
燕子

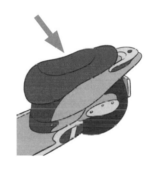

yên xe
座墊

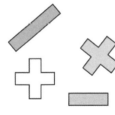

toán học
數學

Đài Loan
台灣

tóc xoăn
捲髮

Tiền vốn không đủ, làm gì mà mở tiệm được?

băn khoăn
顧慮
圖文：資金不足，要怎麼開店呢？

尾音練習（ **oen, uân, uôn, ươn, uyên** ）

● 結尾 n 結合母音的發音最後以 n 的舌型結尾。尾音 n 的發音方法需將舌頭擺平，並將舌尖輕碰上面牙齒。

OEN oen

OEN

oen

發音參考 發此音時，將越語 oe＋n 的音結合，然後快速地唸過即可。

UÂN uân

UÂN

uân

發音參考 發此音時，將越語 uâ＋n 的音結合，然後快速地唸過即可。

UÔN uôn

UÔN

uôn

發音參考 發此音時，將越語 uô＋n 的音結合，然後快速地唸過即可。

ƯƠN ươn

ƯƠN

ươn

發音參考 發此音時，將越語 ươ＋n 的音結合，然後快速地唸過即可。

UYÊN uyên

UYÊN

uyên

發音參考 發此音時，將越語 u＋y＋ê＋n 的音結合，然後快速地唸過即可。

單字練習（oen, uân, uôn, ươn, uyên） 🎧 B03-26 N03-26

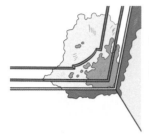
vết hoen ố
汙漬

nhoẻn cười
莞爾

mùa xuân
春天

hiếu thuận
孝順

chuồn chuồn
蜻蜓

buồn bã
難過

vườn rau
菜園

con lươn
黃鱔

tuyên truyền
宣傳
圖文：不可以這麼做！

bóng chuyền
排球

尾音應用練習（iên~uyên）

一 聽力測驗（請試寫出你聽到的音）🎧 B03-27 N03-27

1. _____ 2. _____ 3. _____ 4. _____ 5. _____

6. _____ 7. _____ 8. _____ 9. _____ 10. _____

二 聽力測驗（請選出你聽到的音）🎧 B03-28 N03-28

1. ơn / ươn 2. uân / uôn 3. yên / uyên 4. oan / oăn

5. uân / uôn

三 大小寫轉換

1. OĂN → _____ 2. UÂN → _____ 3. iên → _____

4. ươn → _____ 5. UYÊN → _____

四 克漏字

1. t _____ tr _____ 宣傳 2. t _____ xu 銅板、硬幣

3. t _____ học 數學 4. đ _____ thoại 電話

5. mùa x _____ 春天 6. con l _____ 黃鱔

7. chim _____ 燕子 8. b _____ bã 難過

五 選擇練習

( ) 1. 菜園 ❶vườn rau ❷vuồn rau

( ) 2. 排球 ❶bóng chền ❷bóng chuyền

( ) 3. 蜻蜓 ❶chuồn chuồn ❷chồn chồn

( ) 4. 汙漬 ❶vết hoan ố ❷vết hoen ố

( ) 5. 顧慮 ❶băn khoăn ❷băn khăn

六 連連看

A 　　　**B** 　　　**C** 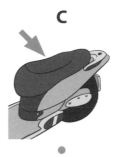　　　**D**

Đài Loan　　　tóc xoăn　　　yên xe　　　nhoẻn cười

💡 **解答**

一 1. yên (iên)　2. ươn　3. yên (iên)　4. oăn　5. oan　6. uyên　7. uôn　8. oen　9. oăn
10. ươn

二 1. ươn　2. uôn　3. uyên　4. oan　5. uân

三 1. OĂN → oăn　2. UÂN → uân　3. iên → IÊN　4. ươn → ƯƠN　5. UYÊN → uyên

四 1. tuyên truyền　2. tiền xu　3. toán học　4. điện thoại　5. mùa xuân　6. con lươn
7. chim yến　8. buồn bã

五 1. ❶ vườn rau　2. ❷ bóng chuyền　3. ❶ chuồn chuồn　4. ❷ vết hoen ố
5. ❶ băn khoăn

六 Ⓐ tóc xoăn　Ⓑ nhoẻn cười　Ⓒ yên xe　Ⓓ Đài Loan

尾音練習（**at, ăt, ât, et, êt**）

● 母音結尾 t 的發音最後以 t 的舌型結尾。尾音 t 的發音方法需將舌尖頂到上排牙齒、舌頭與上顎呈平行狀。

AT at

AT

at

發音參考 發此音時，將越語 a＋t 的音結合，然後快速地唸過即可。

ĂT ăt

ĂT

ăt

發音參考 發此音時，將越語 ă＋t 的音結合，然後快速地唸過即可。

ÂT ât

ÂT

ât

發音參考 發此音時，將越語 â＋t 的音結合，然後快速地唸過即可。

ET et

ET

et

發音參考 發此音時，將越語 e＋t 的音結合，然後快速地唸過即可。

ÊT êt

ÊT

êt

發音參考 發此音時，將越語 ê＋t 的音結合，然後快速地唸過即可。

單字練習（at, ăt, ât, et, êt） B03-30 N03-30

phát tài
發財

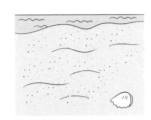
bãi cát
沙灘

rửa mặt
洗臉

cắt tóc
剪頭髮

đấu vật
角力

đất đai
土地

đất sét
陶土

mùi khét
燒焦味

dệt vải
紡織

Mệt quá!
mệt mỏi
疲累
圖文：累死了！

尾音練習（**it, ot, ôt, ơt, ut**）🎧 **B03-31**
N03-31

● 母音結尾 t 的發音最後以 t 的舌型結尾。尾音 t 的發音方法需將舌尖頂到上排牙齒、舌頭與上顎呈平行狀。

IT it

IT

it

發音參考 發此音時，將越語 i＋t 的音結合，然後快速地唸過即可。

OT ot

OT

ot

發音參考 發此音時，將越語 o＋t 的音結合，然後快速地唸過即可。

ÔT ôt

ÔT

ôt

發音參考 發此音時，將越語 ô＋t 的音結合，然後快速地唸過即可。

ƠT ơt

ƠT

ơt

發音參考 發此音時，將越語 ơ＋t 的音結合，然後快速地唸過即可。

UT ut

UT

ut

發音參考 發此音時，將越語 u＋t 的音結合，然後快速地唸過即可。

單字練習（it, ot, ôt, ơt, ut） 🎧 B03-32
N03-32

 **hít thở**
呼吸

 北越 **quả mít**
南越 **trái mít**
波羅蜜

 **bánh ngọt**
糕點

 **rau ngót**
守宮木

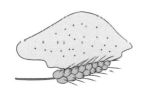 **bột mì**
麵粉

 **cơn sốt**
發燒

 北越 **quả ớt**
南越 **trái ớt**
辣椒

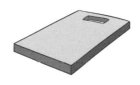 **cái thớt**
砧板

 **bút chì**
鉛筆

 **kẹo mút**
棒棒糖

尾音應用練習（at~ut）

一 聽力測驗（請試寫出你聽到的音） B03-33 / N03-33

1. _____ 2. _____ 3. _____ 4. _____ 5. _____

6. _____ 7. _____ 8. _____ 9. _____ 10. _____

二 聽力測驗（請選出你聽到的音） B03-34 / N03-34

1. ăt / ât   2. et / êt   3. ot / ôt   4. ut / ưt   5. ăt / at

三 大小寫轉換

1. ĂT → _____   2. ÂT → _____
3. ưt → _____   4. êt → _____
5. IT → _____

四 克漏字

1. rửa m _____   洗臉   2. m _____ mỏi   疲累
3. bãi c _____   沙灘   4. đấu v _____   角力
5. đ _____ đai   土地   6. h _____ thở   呼吸
7. b _____ chì   鉛筆   8. kẹo m _____   棒棒糖

五 選擇練習

（　）1. 發財   ❶phắt tài   ❷phát tài
（　）2. 陶土   ❶đất sét   ❷đắt sết
（　）3. 燒焦味 ❶mùi khét   ❷mùi khết
（　）4. 守宮木 ❶rau ngót   ❷rau ngót
（　）5. 紡織   ❶dệt vải   ❷dẹt vải

連連看

A	B	C	D

· · · ·

· · · ·

北越 quả mít   **北越** quả ớt   cắt tóc   bánh ngọt

南越 trái mít   **南越** quả ớt

💡 **解答**

㊀ 1. ăt   2. ât   3. ot   4. ôt   5. ut   6. ơt   7. it   8. et   9. êt   10. ut

㊁ 1. ât   2. êt   3. ôt   4. ut   5. ăt

㊂ 1. ĂT → ăt   2. ÂT → ât   3. ưt → ƯT   4. êt → ÊT   5. IT → it

㊃ 1. rửa mặt   2. mệt mỏi   3. bãi cát   4. đấu vật   5. đất đai   6. hít thở   7. bút chì
     8. kẹo mút

㊄ 1. ❷phát tài   2. ❶đất sét   3. ❶mùi khét   4. ❷rau ngót   5. ❶dệt vải

㊅ Ⓐ 北 quả ớt (南 trái ớt)   Ⓑ bánh ngọt   Ⓒ 北 quả mít (南 trái mít)   Ⓓ cắt tóc

尾音練習（ưt, iêt, oat, oet） 🎧 B03-35
N03-35

● 母音結尾 t 的發音最後以 t 的舌型結尾。尾音 t 的發音方法需將舌尖頂到上排牙齒、舌頭與上顎呈平行狀。

ƯT ưt

ƯT

ưt

發音參考 發此音時，將越語 ư + t 的音結合，然後快速地唸過即可。

IÊT iêt

IÊT

iêt

發音參考 發此音時，將越語 iê + t 的音結合，然後快速地唸過即可。

OAT oat

OAT

oat

發音參考 發此音時，將越語 oa + t 的音結合，然後快速地唸過即可。

OET oet

OET

oet

發音參考 發此音時，將越語 oe + t 的音結合，然後快速地唸過即可。

單字練習（ưt, iêt, oat, oet） 🎧 B03-36 N03-36

 **sứt mẻ**
殘缺

 **vứt rác**
丟垃圾

 **viết chữ**
寫字

Tạm biệt em.　Tạm biệt anh.

tạm biệt
再見

圖又：（左）妹妹再見。
（右）哥哥再見。

 **lối thoát hiểm**
安全門

北越 **phim hoạt hình**
南越 **phim hoạt họa**
動畫片

 **cười toe toét**
笑得燦爛

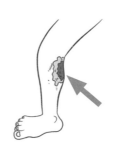 **lở loét**
潰爛

尾音練習（**uât, uôt, ươt, uyêt, uyt**）🎧 B03-37 N03-37

● 母音結尾 t 的發音最後以 t 的舌型結尾。尾音 t 的發音方法需將舌尖頂到上排牙齒、舌頭與上顎呈平行狀。

UÂT uât

UÂT

uât

（發音參考） 發此音時，將越語 uâ + t 的音結合，然後快速地唸過即可。

UÔT uôt

UÔT

uôt

（發音參考） 發此音時，將越語 uô + t 的音結合，然後快速地唸過即可。此發音須拉得比 uât 更長。

UƠT ươt

UƠT

ươt

（發音參考） 發此音時，將越語 ươ + t 的音結合，然後快速地唸過即可。

UYÊT uyêt

UYÊT

uyêt

（發音參考） 發此音時，將越語 uy + ê + t 的音結合，然後快速地唸過即可。

UYT uyt

UYT

uyt

（發音參考） 發此音時，將越語 uy + t 的音結合，然後快速地唸過即可。

單字練習（uât, uôt, ươt, uyêt, uyt） B03-38 N03-38

 **luật pháp**
法律

 **xuất khẩu**
出口

 **con chuột**
老鼠

 **ruột thừa**
盲腸炎

 北越 **trượt ngã**
南越 **trượt té**
滑倒

 **lướt ván**
衝浪

 **băng tuyết**
冰雪

 **duyệt binh**
閱兵

 北越 **quả quýt**
南越 **trái quýt**
橘子

 **huýt sáo**
吹口哨

95

尾音應用練習（ưt~uyt）

一 聽力測驗（請試寫出你聽到的音）🎧 B03-39 N03-39

1. _____ 2. _____ 3. _____ 4. _____ 5. _____

6. _____ 7. _____ 8. _____ 9. _____ 10. _____

二 聽力測驗（請選出你聽到的音）🎧 B03-40 N03-40

1. uât / uôt   2. uyêt / uyt   3. ươt / uôt   4. ươt / ơt

5. et / oet

三 大小寫轉換

1. UÂT → _____   2. ƯƠT → _____

3. iêt → _____   4. ƯT → _____

5. UYÊT → _____

四 克漏字

1. tạm b _____   再見   2. s _____ mẻ   殘缺

3. con ch _____   老鼠   4. v _____ rác   丟垃圾

5. d _____ binh   閱兵   6. r _____ thừa   盲腸炎

7. băng t _____   冰雪   8. l _____ pháp   法律

五 選擇練習

( ) 1. 潰爛   ❶lở loét   ❷lở lét

( ) 2. 寫字   ❶viét chữ   ❷viết chữ

( ) 3. 吹口哨   ❶hýt sáo   ❷huýt sáo

( ) 4. 安全門   ❶lối thoát hiểm   ❷lối thoét hiểm

( ) 5. 出口   ❶xuất khẩu   ❷xất khẩu

六 連連看

A	B	C	D

lướt ván   北越 trượt ngã   北越 phim hoạt hình   北越 quả quýt

南越 trượt té   南越 phim hoạt họa   南越 trái quýt

💡 解答

一 1. oet 2. uôt 3. uât 4. uyêt 5. uyt 6. oet 7. iêt 8. oat 9. ưt 10. ươt

二 1. uât 2. uyt 3. uôt 4. ươt 5. oet

三 1. UÂT → uât 2. ƯƠT → ươt 3. iêt → IÊT 4. ƯT → ưt 5. UYÊT → uyêt

四 1. tạm biệt 2. sứt mẻ 3. con chuột 4. vứt rác 5. duyệt binh 6. ruột thừa
7. băng tuyết 8. luật pháp

五 1. ❶ lở loét 2. ❷ viết chữ 3. ❷ huýt sáo 4. ❶ lối thoát hiểm 5. ❶ xuất khẩu

六 Ⓐ 北 trượt ngã (南 trượt té) Ⓑ 北 phim hoạt hình (南 phim hoạt họa) Ⓒ lướt ván
Ⓓ 北 quả quýt (南 trái quýt)

尾音練習（ **ap, ăp, âp, ep, êp, ip** ）

● 母音結合 p 的發音最後必須緊閉嘴唇。尾音 p 的發音方法需發出類似「ㄆ」的氣音。

AP ap

AP

ap

發音參考 發此音時，將越語 a + p 的音結合，然後快速地唸過即可。

ĂP ăp

ĂP

ăp

發音參考 發此音時，將越語 ă + p 的音結合，然後快速地唸過即可。

ÂP âp

ÂP

âp

發音參考 發此音時，將越語 â + p 的音結合，然後快速地唸過即可。

EP ep

EP

ep

發音參考 發此音時，將越語 e + p 的音結合，然後快速地唸過即可。

ÊP êp

ÊP

êp

發音參考 發此音時，將越語 ê + p 的音結合，然後快速地唸過即可。

IP ip

IP

ip

發音參考 發此音時，將越語 i + p 的音結合，然後快速地唸過即可。

單字練習（ap, ăp, âp, ep, êp, ip） 🎧 B03-42 N03-42

 **xe đạp**
腳踏車

 **tạp dề**
圍裙

 bắp cải
高麗菜

 **kẻ cắp**
小偷

 **học tập**
學習

 **nằm sấp**
趴著

 **dép lê**
拖鞋

 **sắt thép**
鋼鐵

 **xếp hàng**
排隊

 **nhà bếp**
廚房

 **cái nhíp**
鑷子

 **cái líp**
齒盤

尾音練習（ **op, ôp, ơp, up, iêp, ươp** ）

● *母音結合 p 的發音最後必須緊閉嘴唇。尾音 p 的發音方法需發出類似「ㄆ」的氣音。*

OP op

| OP |
| op |

發音參考 發此音時，將越語 o + p 的音結合，然後快速地唸過即可。

ÔP ôp

| ÔP |
| ôp |

發音參考 發此音時，將越語 ô + p 的音結合，然後快速地唸過即可。

ƠP ơp

| ƠP |
| ơp |

發音參考 發此音時，將越語 ơ + p 的音結合，然後快速地唸過即可。

UP up

| UP |
| up |

發音參考 發此音時，將越語 u + p 的音結合，然後快速地唸過即可。

IÊP iêp

| IÊP |
| iêp |

發音參考 發此音時，將越語 i + ê + p 的音結合，然後快速地唸過即可。

ƯƠP ươp

| ƯƠP |
| ươp |

發音參考 發此音時，將越語 ư + ơ + p 的音結合，然後快速地唸過即可。

單字練習（op, ôp, ơp, up, iêp, ươp） B03-44 / N03-44

phòng họp
會議室

quay cóp
作弊

lốp xe
輪胎

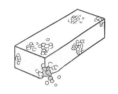
xốp
保麗龍

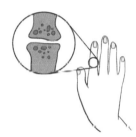
khớp xương
骨關節

hợp tác
合作

北越 **chụp ảnh**
南越 **chụp hình**
拍照

búp bê
洋娃娃

thiệp cưới
喜帖

Tiệp Khắc
捷克斯洛伐克

北越 **quả mướp**
南越 **trái mướp**
絲瓜

kẻ cướp
強盜

尾音應用練習（ap~ươp）

一 聽力測驗（請試寫出你聽到的音） 🎧 B03-45 N03-45

1. _____ 2. _____ 3. _____ 4. _____ 5. _____

6. _____ 7. _____ 8. _____ 9. _____ 10. _____

二 聽力測驗（請選出你聽到的音） 🎧 B03-46 N03-46

1. iêp / êp 2. ôp / up 3. op / ơp 4. ip / iêp 5. ơp / ươp

三 大小寫轉換

1. AP → _____ 2. ƠP → _____
3. iêp → _____ 4. op → _____
5. ƯƠP → _____

四 克漏字

1. học t _____ 學習 2. quay c _____ 作弊
3. th _____ cưới 喜帖 4. nhà b _____ 廚房
5. x _____ hàng 排隊 6. kẻ c _____ 小偷
7. d _____ lê 拖鞋 8. b _____ bê 洋娃娃

五 選擇練習

（　）1. 輪胎　　❶lốp xe　　❷lớp xe
（　）2. 強盜　　❶kẻ cớp　　❷kẻ cướp
（　）3. 保麗龍　❶xốp　　　❷xóp
（　）4. 合作　　❶hộp tác　　❷hợp tác
（　）5. 圍裙　　❶tập dể　　❷tạp dể

六 連連看

A	B	C	D

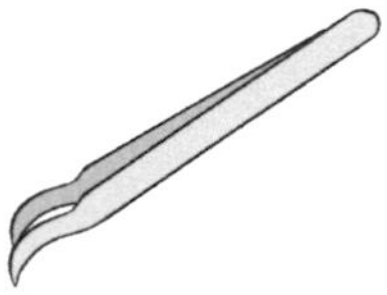

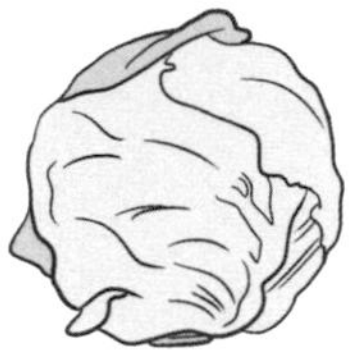

xe đạp　　　　cái nhíp　　　　北越 chụp ảnh　　　　bắp cải

南越 chụp hình

💡 解答

一 1. up　2. ôp　3. iêp　4. ươp　5. ap　6. ip　7. op　8. ăp　9. ep　10. ơp

二 1. iêp　2. up　3. ơp　4. ip　5. ươp

三 1. AP → ap　2. ƠP → ơp　3. iêp → IÊP　4. op → OP　5. ƯƠP → ươp

四 1. học tập　2. quay cóp　3. thiệp cưới　4. nhà bếp　5. xếp hàng　6. kẻ cắp
　　7. dép lê　8. búp bê

五 1. ❶ lốp xe　2. ❷ kẻ cướp　3. ❶ xốp　4. ❷ hợp tác　5. ❷ tạp dề

六 Ⓐ 北 chụp ảnh (南 chụp hình)　Ⓑ cái nhíp　Ⓒ bắp cải　Ⓓ xe đạp

尾音練習（ ach, êch, ich, uêch ） 🎧 B03-47 N03-47

● *母音結合 ch 的發音最後必須使上、下排牙齒輕輕地碰觸，而 ch 不會發出聲音。*

ACH ach | ACH
ach

發音參考 發此音時，將越語 a + ch 的音結合，然後快速地唸過即可。

ÊCH êch | ÊCH
êch

發音參考 發此音時，將越語 ê + ch 的音結合，然後快速地唸過即可。

ICH ich | ICH
ich

發音參考 發此音時，將越語 i + ch 的音結合，然後快速地唸過即可。

UÊCH uêch | UÊCH
uêch

發音參考 發此音時，將越語 u + ê + ch 的音結合，然後快速地唸過即可。

單字練習（ **ach, êch, ich, uêch** ） 🎧 B03-48
N03-48

 **viên gạch**
磚塊

 **sạch sẽ**
乾淨

 **con ếch**
青蛙

 **trắng bệch**
蒼白

 **du lịch**
旅遊

 **dây xích**
鎖鏈

 **rỗng tuếch**
（內容物）空空的
（腦袋）空洞

 **máy khuếch đại**
擴大機

尾音練習（ anh, ênh, inh, oanh, uynh ） 🎧

● 母音結合 nh 的發音到最後必須鼓動出一點鼻音。

ANH anh

ANH

anh

(發音參考) 發此音時，依序將越語 a + nh 的音結合，然後快速地唸過即可。

ÊNH ênh

ÊNH

ênh

(發音參考) 發此音時，依序將越語 ê + nh 的音結合，然後快速地唸過即可。

INH inh

INH

inh

(發音參考) 發此音時，依序將越語 i + nh 的音結合，然後快速地唸過即可。

OANH oanh

OANH

oanh

(發音參考) 發此音時，依序將越語 o + a + nh 的音結合，然後快速地唸過即可。

UYNH uynh

UYNH

uynh

(發音參考) 發此音時，依序將越語 u + y + nh 的音結合，然後快速地唸過即可。

單字練習（anh, ênh, inh, oanh, uynh） 🎧 B03-50 N03-50

北越 **quả ch**anh
南越 **trái ch**anh
檸檬

tiếng **Anh**
英文

bệnh viện
醫院

kênh truyền hình
電視頻道

máy vi tính
電腦

北越 **kính râm**
南越 **kính mát**
墨鏡

Đây là shop quần áo của tôi.

kinh doanh
經營
圖文：這是我的服飾店。

hoành tráng
巨大、盛大

北越 **hoa qu**ỳnh
南越 **bông qu**ỳnh
曇花

phụ huynh
家長

尾音應用練習（ach~uynh）

一 聽力測驗（請試寫出你聽到的音） 🎧 B03-51 N03-51

1. _____　　2. _____　　3. _____　　4. _____　　5. _____

6. _____　　7. _____　　8. _____　　9. _____　　10. _____

二 聽力測驗（請選出你聽到的音） 🎧 B03-52 N03-52

1. inh / uynh　　2. ich / inh　　3. uêch / êch　　4. ach / anh

5. êch / ênh

三 大小寫轉換

1. UÊCH → _____　　2. ICH → _____　　3. êch → _____

4. ach → _____　　5. ÊNH → _____

四 克漏字

1. k _____ râm　　　墨鏡　　2. viên g _____　　　磚塊

3. kh _____ d _____　經營　　4. trắng b _____　　蒼白

5. con _____　　　　青蛙　　6. b _____ viện　　　醫院

7. du l _____　　　　旅遊　　8. 北 quả ch _____　　檸檬

　　　　　　　　　　　　　　　南 trái ch _____

五 選擇練習

（　）1. 擴大機　　❶máy khuếch đại　　❷máy khếch đại

（　）2. 乾淨　　　❶sậch sẽ　　　　　❷sạch sẽ

（　）3. 電視頻道　❶kênh truyền hình　❷kinh truyền hình

（　）4. 家長　　　❶phụ hoanh　　　　❷phụ huynh

（　）5. 巨大、盛大 ❶hanh tráng　　　　❷hoành tráng

六 連連看

A	B	C	D

• • • •

• • • •

dây xích　　🔵北越 hoa quỳnh　　máy vi tính　　tiếng Anh

🔵南越 bông quỳnh

尾音練習（ang, ăng, âng, ong, ông, ung）

● *母音結合 ng 的發音需合口，發音時臉頰兩邊要鼓起來。*

ĂNG ang

ĂNG
ang

發音參考 發此音時，依序將越語 a + ng 的音結合，然後快速地唸過即可。類似中文的「骯」。

ĂNG ăng

ĂNG
ăng

發音參考 發此音時，將越語 ă + ng 的音結合，然後快速地唸過即可。

ÂNG âng

ÂNG
âng

發音參考 發此音時，將越語 â + ng 的音結合，然後快速地唸過即可。

ONG ong

ONG
ong

發音參考 發此音時，將越語 o + ng 的音結合，然後快速地唸過即可。結束時必須合口並鼓口。

ÔNG ông

ÔNG
ông

發音參考 發此音時，將越語 ô + ng 的音結合，然後快速地唸過即可。結束時必須合口並鼓口。

UNG ung

UNG
ung

發音參考 發此音時，將越語 u + ng 的音結合，然後快速地唸過即可。結束時必須合口並鼓口。

單字練習（ang, ăng, âng, ong, ông, ung） B03-54
N03-54

nhà hàng
餐廳

vàng
黃金

màu trắng
白色

răng
牙齒

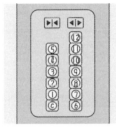
tầng lầu
樓層

vầng trăng
月亮

bóng bay
氣球

bóng đá
足球

ống hút
吸管

北越 **hoa hồng**
南越 **bông hồng**
玫瑰花

súng
槍

thung lũng
山谷

111

尾音練習（ưng, iêng, oang, oăng, uông, ương）

B03-55
N03-55

● *母音結合 ng 的發音需合口，發音時臉頰兩邊要鼓起來。*

ƯNG ưng

ƯNG

ưng

發音參考 發此音時，將越語 ư + ng 的音結合，然後快速地唸過即可。嘴型呈扁平狀。

IÊNG iêng

IÊNG

iêng

發音參考 發此音時，將越語 i + ê + ng 的音結合，然後快速地唸過即可。嘴型呈扁平狀。

OANG oang

OANG

oang

發音參考 發此音時，將越語 o + a + ng 這兩個音結合，然後快速地唸過即可。

OĂNG oăng

OĂNG

oăng

發音參考 發此音時，將越語 o + ă + ng 的音結合，然後快速地唸過即可。

UÔNG uông

UÔNG

uông

發音參考 發此音時，將越語 u + ô + ng 的音結合，然後快速地唸過即可。

ƯƠNG ương

ƯƠNG

ương

發音參考 發此音時，將越語 ư + ơ + ng 的音結合，然後快速地唸過即可。

112

單字練習（ưng, iêng, oang, oăng, uông, ương） B03-56 N03-56

 **bánh chưng**
越南粽子

 **rừng**
森林

 **khiêng vác**
扛

 **củ riềng**
南薑

 **vỡ toang**
破裂

 **bệnh xoang**
鼻竇炎

 **con hoẵng**
山羌

 **loằng ngoằng**
（物體）糾、盤根錯節

 **rau muống**
空心菜

 **uống rượu**
喝酒

 **trường học**
學校

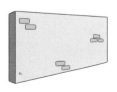 **bức tường**
牆壁

尾音應用練習（ang~ương）

一 聽力測驗（請試寫出你聽到的音） 🎧 B03-57 N03-57

1. _____ 2. _____ 3. _____ 4. _____ 5. _____

6. _____ 7. _____ 8. _____ 9. _____ 10. _____

二 聽力測驗（請選出你聽到的音） 🎧 B03-58 N03-58

1. uông / ương 2. ang / ăng 3. ung / ưng 4. ang / oang

5. ông / ong

三 大小寫轉換

1. OANH → _____ 2. ĂNG → _____ 3. âng → _____

4. IÊNG → _____ 5. ưng → _____

四 克漏字

1. b _____ đá 足球 2. bệnh x _____ 鼻竇炎

3. _____ rượu 喝酒 4. v _____ trăng 月亮

5. màu tr _____ 白色 6. bức t _____ 牆壁

7. vỡ t _____ 破裂 8. r _____ 森林

五 選擇練習

( ) 1. 餐廳 ❶nhà hoàng ❷nhà hàng

( ) 2. 吸管 ❶ống hút ❷óng hút

( ) 3. 槍 ❶súng ❷sống

( ) 4. 南薑 ❶củ rềng ❷củ riềng

( ) 5. 學校 ❶chường học ❷trường học

六 連連看

A	B	C	D

•	•	•	•

•	•	•	•
bánh chưng	北越 hoa hồng	rừng	bóng bay
	南越 bông hồng		

平聲（Thanh ngang） 🎧 B04-01 N04-01

con dê
羊

ăn cơm
吃飯

sô-cô-la
巧克力

con dao
刀子

cây tre
竹子

北越 **bôi son**
南越 **tô son**
塗口紅

bông hoa
花朵

say xe
暈車

phi công
飛行員

bia
啤酒

平聲聽寫練習（所有題目請專心反覆聆聽練習，以便達到快速聽懂聲調的實力）

一、請聽 Mp3 做平聲字的練習，並書寫出來。 🎧 B04-02 N04-02

① _____   ② _____

③ _____   ④ _____

⑤ _____   ⑥ _____

⑦ _____   ⑧ _____

二、聽 Mp3，找出下方短句中平聲的字，並圈起來。 🎧 B04-03 N04-03

1. Bông hoa nay thơm qua!　這朵花好香！

2. Con dao nay săc thât!　這把刀真鋒利！

3. Em đang bôi son (南 tô son).　我正在塗口紅。

4. Me (南 Ma) đi mua thuôc chông say xe.　媽媽去買暈車藥

5. Nông thôn Viêt Nam trông rât nhiêu cây tre.　越南鄉下種很多竹子。

6. Lê tinh nhân phai tăng ngươi yêu sô-cô-la va hoa.
   情人節要送情人巧克力及花。

7. Hôm qua tôi va ban đi uông bia.
   昨天我和朋友去喝啤酒。

8. Ban co thich ăn sô-cô-la không?　你喜歡吃巧克力嗎？

9. Tơ (南 Tui) rât thich ăn sô-cô-la.　我很喜歡吃巧克力。

10. Chai bia nay ban bao nhiêu tiên?　這瓶啤酒賣多少錢？

11. Chai bia nay hai mươi nghin đông.　這瓶啤酒兩萬越盾。

12. Bô (南 Ba) cua Nam la phi công.　阿南的爸爸是飛行員。

13. Ban ăn cơm chưa?　你吃飯了嗎？

14. Tơ (南 Tui) ăn cơm rôi.　我吃飯了。

15. Con dê co hai sưng.　羊有兩隻角。

B 04-04
N04-04

1. Canh nha em co môt con sông rât lơn. Đo la con sông Hông. Sông Hông la sông lơn nhât ơ miên Băc Viêt Nam. Sông cung câp nươc, cung câp thuy điên va mang lai rât nhiêu lơi ich khac cho nông nghiêp. Tuy nhiên, vao mua lu lut, ơ môt sô vung, sông cung gây ra rât nhiêu thiêt hai vê cua cai, vât chât, thâm chi ca vê tinh mang. Chinh vi thê, ơ ven sông ngươi dân trông rât nhiêu tre xanh đê ngăn lu lut.

我家附近有很大的一條河，叫做紅河。紅河是北越最大的河。這條河提供水、水力發電、對於農業有很大的幫助。但當水災的季節來臨時，紅河也會在一些地區造成許多傷害，導致財務損失，甚至造成人命傷亡。因此，人們為了預防河水泛濫，於是便在河邊種了許多綠竹藉以抵擋水災。

B 04-05
N04-05

2. Ươc mơ cua em la lơn lên đươc lam chu phi công lai may bay. Như vây em se co cơ hôi đi khăp moi nơi trên thê giơi. Môi lân bô (南 ba) đi công tac vê, bô (南 ba) đêu mua tăng em may bay đô chơi. Em rât thich nhưng chiêc may bay do bô (南 ba) tăng. Em hy vong, sau nay ươc mơ cua em se thanh sư thưc. Va em se tư minh lai may bay đưa bô (南 ba) va gia đinh đi du lich vong quanh thê giơi.

我的夢想是長大之後能當飛行員。這樣我會有機會去世界上很多的地方。每次爸爸去出差回來都買飛機玩具送我，我很喜歡那些爸爸送的飛機。我希望將來我的夢想會成真，然後我會自己開飛機帶爸爸及家人去環遊世界。

B 04-06
N04-06

3. Trong ngay lê tinh nhân, ngươi ta thương gưi găm cho nhau nhưng lơi yêu thương đên môt nưa cua minh. Vât không thê thiêu đươc trong ngay nay, đo chinh la sô-cô-la va hoa hông (南 bông hông). Co thê noi, ngay lê tinh nhân la thơi điêm đê tôn vinh tinh yêu đôi lưa, va la cơ hôi đê ghi lai khoanh khăc ngot ngao cua cac đôi tinh nhân.

情人節當天，人們常會對自己的另一伴說一些甜言蜜語。而這一天，不可或缺的東西就是巧克力及玫瑰花。情人節可謂是歌詠情侶們的愛情，也是記錄情侶甜蜜時刻的最佳時機。

💡 解答

一、

① ăn cơm
② con dao
③ phi công
④ bia
⑤ bông hoa
⑥ cây tre
⑦ ô-tô
⑧ say xe

二、

1. Bông hoa **này** thơm **quá**!

2. Con dao **này sắc thật**!

3. Em đang bôi son (南 tô son).

4. Mẹ (南 Má) đi mua **thuốc chống** say xe.

5. Nông thôn Việt Nam **trồng rất nhiều** cây tre.

6. Lễ tình nhân **phải tặng người** yêu sô-cô-la và hoa.

7. Hôm qua tôi **và** bạn **đi uống** bia.

8. Bạn có **thích** ăn sô-cô-la **không**?

9. Tớ (南 Tui) rất **thích** ăn sô-cô-la.

10. Chai bia **này bán** bao nhiêu **tiền**?

11. Chai bia **này** hai mươi **nghìn đồng**.

12. Bố (南 ba) **của** Nam là phi công.

13. Bạn ăn cơm chưa?

14. Tớ (南 Tui) ăn cơm **rồi**.

15. Con dê **có** hai **sừng**.

三、

1. Cạnh nhà em có một con sông rất lớn. Đó là con sông Hồng. Sông Hồng là sông lớn nhất ở miền Bắc Việt Nam. Sông cung cấp nước, cung cấp thủy điện và mang lại rất nhiều lợi ích khác cho nông nghiệp. Tuy nhiên, vào mùa lũ lụt, ở một số vùng, sông cũng gây ra rất nhiều thiệt hại về của cải, vật chất, thậm chí cả về tính mạng. Chính vì thế, ở ven sông, người dân trồng rất nhiều tre xanh để ngăn lũ lụt.

2. Ước mơ của em là lớn lên được làm chú phi công lái máy bay. Như vậy em sẽ có cơ hội đi khắp mọi nơi trên thế giới. Mỗi lần bố (南 ba) đi công tác về, bố (南 ba) đều mua tặng em máy bay đồ chơi. Em rất thích những chiếc máy bay do bố (南 ba) tặng. Em hy vọng, sau này ước mơ của em sẽ thành sự thực. Và em sẽ tự mình lái máy bay đưa bố (南 ba) và gia đình đi du lịch vòng quanh thế giới.

3. Trong ngày lễ tình nhân, người ta thường gửi gắm cho nhau những lời yêu thương đến một nửa của mình. Vật không thể thiếu được trong ngày này, đó chính là sô-cô-la và hoa hồng (南 bông hồng). Có thể nói, ngày lễ tình nhân là thời điểm để tôn vinh tình yêu đôi lứa, và là cơ hội để ghi lại khoảnh khắc ngọt ngào của các đôi tình nhân.

銳聲（Thanh sắc） 🎧 B 04-07
N04-07

 北越 **cái bút**
南越 **cây viết**
筆

 **máy sấy tóc**
吹風機

 **sấm sét**
雷電

 **uống nước**
喝水

 **cá sấu**
鱷魚

 **vé máy bay**
機票

 **thắp hương**
上香

 **nước Pháp**
法國

 **túi xách**
手提包

 北越 **kính mắt**
南越 **mắt kiếng**
眼鏡

銳聲聽寫練習 （所有題目請專心反覆聆聽練習，以便達到快速聽懂聲調的實力）

一、請聽 Mp3 找出銳聲的字，並標上發音符號。 🎧 **B 04-08** **N04-08**

① sâm set　　　雷電　　② thuôc la　　　香菸

③ may sây toc　吹風機　④ ca sâu　　　　鱷魚

⑤ tui xach　　　手提包　⑥ con răn　　　蛇

⑦ tiêng hat　　歌聲　　　⑧ sô năm　　　五

二、聽 Mp3，找出下方短句中銳聲的字，並圈起來。 🎧 **B 04-09** **N04-09**

1. Chu phi cong lai may bay.　飛行員叔叔開飛機。

2. Em rât thich cai but (南 cây viêt) kia.　我很喜歡那支筆。

3. Chung ta không nên hut thuoc la.　我們不應該抽菸。

4. Cai tui xach đây (南 đo) rât đăt (南 măc).　那手提包很貴。

5. Tôi muôn mua may sây toc.　我想買吹風機。

6. Anh co kinh măt (南 măt kiêng) không?　你有眼鏡嗎？

7. Anh co hai cai kinh măt (南 măt kiêng).　我有兩副眼鏡。

8. Lan ơi, em mua ve may bay chưa?　阿蘭，妳已經買機票了嗎？

9. Em chưa mua ve may bay.　我還沒買機票。

10. Uông nươc tôt cho sưc khoe cua chung ta.　喝水對我們好。

11. Cai but (南 Cây viêt) kia ban bao nhiêu?　那支筆賣多少錢？

12. Tôi rât sơ sâm set.　我很怕雷電。

13. Têt đên em đi chua thăp hương.　新年到我去廟上香。

14. Nươc măt ca sâu.　鱷魚的眼淚。

15. Em ây hat rât hay.　她唱歌很好聽。

三、聽 Mp3，找出下方短文中銳聲的字，並圈起來。

1. Hut thuôc la co tac hai rât lơn đên sưc khoe con ngươi. Chinh vi thê chung ta không nên hut thuôc la. Đê đam bao sưc khoe, moi ngươi chung ta nên uông đu 2 lit nươc môi ngay, thương xuyên tâp thê duc. Co môt sô môn thê thao điên hinh như: bong đa (南 da banh), bong rô, bơi lôi, yoga… Nhưng môn thê thao nay co thê tac đông đên toan bô cac cơ băp trên cơ thê chung ta giup đat đươc hiêu qua thê duc thê thao.

　　抽菸對人的健康傷害很大，所以我們不應該抽菸。為了確保健康，我們每個人一天都要喝足兩公升的水，並經常運動。有些典型的運動項目，如：足球、籃球、游泳、瑜珈……等等這些運動都可以牽動我們全身的肌肉，達到健身的效果。

2. Gia đinh em co sau ngươi, đo la bô (南 ba) em, me (南 ma) em, hai chi gai, môt anh trai va em. Vi em la con ut trong nha, nên đươc moi ngươi rât quy mên va chiêu chuông. Măc du vây, nhưng bô me (南 ba ma) em luôn day em phai lê phep va biêt giup đơ lam viêc nha. Em nghe lơi bô me (南 ba ma) nên tư nho đa biêt theo me (南 ma) va chi hoc nâu cơm, quet nha. Em rât yêu quy gia đinh cua em, hy vong gia đinh em luc nao cung hanh phuc.

　　我家有六個人，就是我的爸爸、我的媽媽、兩個姊姊、一個哥哥和我。因為我是老么，所以大家都很寵愛我。雖然那樣，但我的父母都教導我要有禮貌，幫助分擔家事。我很聽父母的話，所以從小就跟著媽媽及姊姊學煮飯，打掃家裡。我很愛我的家庭，希望我們家永遠幸福。

3. Bong đa la môn thê thao rât đươc yêu thich ơ Viêt Nam. Co thê noi đây la môt môn thê thao nươc nha. Cư môi mua World Cup đên la ngươi ngươi nha nha đêu nao nưc đon xem. Giai bong đa (南 đa banh) se đươc truyên hinh trưc tiêp trên vô tuyên, đê cho ngươi hâm mô bong đa (南 đa banh) co thê chiêm ngương nhưng pha bong đep măt va nhưng trân thi đâu quyêt liêt.

　　在越南，足球是一項很受歡迎的體育項目。可以說這個國家的全民運動。每當世界盃舉辦時，家家戶戶都會熱烈觀賞。足球賽會在電視台上直播，讓熱愛足球的觀眾都可以觀賞到精彩刺激的球賽。

💡 解答

一、

① sấm sét

② thuốc lá

③ máy sấy tóc

④ cá sấu

⑤ túi xách

⑥ con rắn

⑦ tiếng hát

⑧ số năm

二、

1. Chú phi công lái máy bay.

2. Em rất thích cái bút (南 cây viết) kia.

3. Chúng ta không nên hút thuốc lá.

4. Cái túi xách đấy (南 đó) rất đắt (南 mắc).

5. Tôi muốn mua máy sấy tóc.

6. Anh có kính mắt (南 mắt kiếng) không?

7. Anh có hai cái kính mắt (南 mắt kiếng).

8. Lan ơi, em mua vé máy bay chưa?

9. Em chưa mua vé máy bay.

10. Uống nước tốt cho sức khỏe của chúng ta.

11. Cái bút (南 Cây viết) kia bán bao nhiêu?

12. Tôi rất sợ sấm sét.

13. Tết đến em đi chùa thắp hương.

14. Nước mắt cá sấu.

15. Em ấy hát rất hay.

三、

1. Hút thuốc lá có tác hại rất lớn đến sức khỏe con người. Chính vì thế chúng ta không nên hút thuốc lá. Để đảm bảo sức khỏe, mỗi người chúng ta nên uống đủ hai lít nước mỗi ngày, thường xuyên tập thể dục. Có một số môn thể thao điển hình như: bóng đá (南 đá banh), bóng rổ, bơi lội, yoga… Những môn thể thao này có thể tác động đến toàn bộ các cơ bắp trên cơ thể chúng ta giúp đạt được hiệu quả thể dục thể thao.

2. Gia đình em có sáu người, đó là bố (南 ba) em, mẹ (南 má) em, hai chị gái, một anh trai và em. Vì em là con út trong nhà, nên được mọi người rất quý mến và chiều chuộng. Mặc dù vậy, nhưng bố mẹ (南 ba má) em luôn dạy em phải lễ phép và biết giúp đỡ làm việc nhà. Em nghe lời bố mẹ (南 ba má) nên từ nhỏ đã biết theo mẹ (南 má) và chị học nấu cơm, quét nhà. Em rất yêu quý gia đình của em, hy vọng gia đình em lúc nào cũng hạnh phúc.

3. Bóng đá là môn thể thao rất được yêu thích ở Việt Nam. Có thể nói đây là một môn thể thao nước nhà. Cứ mỗi mùa World Cup đến là người người nhà nhà đều náo nức đón xem. Giải bóng đá (南 đá banh) sẽ được truyền hình trực tiếp trên vô tuyến, để cho người hâm mộ bóng đá (南 đá banh) có thể chiêm ngưỡng những pha bóng đẹp mắt và những trận thi đấu quyết liệt.

玄聲（Thanh huyền）

mì gà
雞肉麵

bà già
老婆婆

đèn bàn
檯燈

đồng hồ
錶

nhà thờ
教堂

Hồ Hoàn Kiếm
還劍湖

北越 **trung hồ cầm**
南越 **đàn Viola**
中提琴
Viola為外來語。請聽MP3練習發音。

đèn đường
路燈

北越 **quần bò**
南越 **quần jean**
牛仔褲
jean為外來語。請聽MP3練習發音。

bàn tay
手掌

玄聲聽寫練習 （所有題目請專心反覆聆聽練習，以便達到快速聽懂聲調的實力）

一、請聽 Mp3 找出玄聲的字，並標上發音符號。 🎧 B04-14 N04-14

① <u>trung hô câm</u> (🔲 đan Viola)　中提琴　② đen đương　　路燈

③ đen ban　　　　　　　　　　檯燈　　④ Hô Hoan Kiêm　還劍湖

⑤ <u>quân bo</u> (🔲 quân jean)　牛仔褲　⑥ mau tim　　　紫色

⑦ nha san　　　　　　　　　　高腳屋　⑧ cai ban　　　　桌子

二、聽 Mp3，找出下方短句中玄聲的字，並圈起來。 🎧 B04-15 N04-15

1. Cai <u>quân bo</u> (🔲 quân jean) nay rach rôi.　這牛仔褲破掉了。

2. Ba tôi rât thich ăn mi ga.　我奶奶很喜歡吃雞肉麵。

3. Cai đen ban nay rât sang.　這座檯燈很亮。

4. Tôi co đông hô mơi.　我有新錶。

5. Hô Hoan Kiêm rât đep.　還劍湖很漂亮。

6. Ban co hay đên nha thơ không?　你常到教堂嗎？

7. Đen đương nay hong (🔲 hư) rôi.　這座路燈壞了。

8. Tôi mua mi ga cho ba tôi.　我買雞肉麵給奶奶。

9. Ban tay tôi xâu qua!　我的手掌很醜。

10. Cuôi tuân gia đinh tôi thương đi hô Hoan Kiêm ăn kem.
　　週末我的家人常去還劍湖吃冰。

11. Ban co mây cai <u>quân bo</u> (🔲 quân jean)?　你有幾件牛仔褲？

12. Minh co ba cai <u>quân bo</u> (🔲 quân jean).　我有三件牛仔褲。

13. Đông hô kia đep qua!　那支錶好好看！

14. Anh co biêt nâu mi ga không?　你會煮雞肉麵嗎？

15. Anh biêt nâu mi ga. Em co biêt nâu không?　我會煮雞肉麵，妳會煮嗎？

三、聽 Mp3，找出下方短文中玄聲的字，並圈起來。

1. Nha tôi vưa mơi chuyên nha nên cân phai mua rât nhiêu đô đac như <u>bat</u> (南 chen), đua, môt cai đông hô va ban ghê mơi. <u>Me</u> (南 Ma) cung cân thay môt chiêc <u>ban la</u> (南 ban ui) đê <u>la</u> (南 ui) quân ao cho ca nha. Trong phong tôi cung cân mua môt chiêc đen ban mơi. Thât la nhiêu thư cân phai mua.

我剛搬家所以需要買很多東西，如：碗、筷子、一個時鐘及新的桌椅。媽媽也要換一個熨斗幫全家燙衣服。我的房間裡面也需要一個新的檯燈，真的要買好多東西。

2. Hô Hoan Kiêm la môt thăng canh nôi tiêng cua thu đô Ha Nôi. Đên đây ban se co cơ hôi thương ngoan canh săc tuyêt vơi va hit thơ không khi trong lanh, vi xung quanh hô la môt không gian xanh. Bên canh hô trông rât nhiêu cây cô thu, nhưng răng liêu thươt tha toc ru, nhưng mai đên, chua cô kinh, thap cu rêu phong... Chinh vi thê ma môi khi đên đây, ngươi ta thương mang vê cho minh rât nhiêu bưc hinh lưu niêm đep.

還劍湖是河內非常知名的景點。到這裡，你會有機會欣賞到優美的景色並呼吸到新鮮的空氣。因為湖邊是一個綠色的空間，種植著許多古老的樹木，楊柳樹的樹鬚有如下垂的髮絲，伴隨著一些古寺廟及滿佈青苔的老塔…，正因有這些美景在，所以人們每次來到這裡，都可以帶著許多漂亮的紀念照回去。

3. Ngay mai em se cung chi va <u>me</u> (南 ma) đi Đa Lat chơi. Nghe noi phong canh cua Đa Lat rât đep va lang man. Sau khi đên đo, em muôn ghe thăm nha thơ Con Ga, Thung Lung Tinh Yêu, Hô Xuân Hương, chua Linh Phươc va nhưng đia điêm du lich khac tai Đa Lat. Em con muôn đi hai dâu tây, uông sưa nong va ăn banh mi xiu mai. Đây đêu la nhưng đăc san cua Đa Lat.

明天我會跟姊姊及媽媽去大勒玩。聽說大叻的風景很美、充滿著浪漫的氣息。到了那裡之後，我想去看公雞教堂、愛情山谷、春香湖、靈福寺和大勒其他的觀光景點。我還想去採草莓、喝熱奶及吃燒賣麵包，這些都是大勒的特產。

💡 解答

一、

① trung hồ cầm (南 đàn Viola)

② đèn đường

③ đèn bàn

④ Hồ Hoàn Kiếm

⑤ quần bò (南 quần jean)

⑥ màu tím

⑦ nhà sàn

⑧ cái bàn

二、

1. Cái quần bò (南 quần jean) này rách rồi.

2. Bà tôi rất thích ăn mì gà.

3. Cái đèn bàn này rất sáng.

4. Tôi có đồng hồ mới.

5. Hồ Hoàn Kiếm rất đẹp.

6. Bạn có hay đến nhà thờ không?

7. Đèn đường này hỏng (南 hư) rồi.

8. Tôi mua mì gà cho bà tôi.

9. Bàn tay tôi xấu quá!

10. Cuối tuần gia đình tôi thường đi Hồ Hoàn Kiếm ăn kem.

11. Bạn có mấy cái quần bò (南 quần jean)?

12. Mình có ba cái quần bò (南 quần jean).

13. Đồng hồ kia đẹp quá!

14. Anh có biết nấu mì gà không?

15. Anh biết nấu mì gà. Em có biết nấu không?

三、

1. Nhà tôi vừa mới chuyển nhà nên cần phải mua rất nhiều đồ đạc như bát (南 chén), đũa, một cái đồng hồ và bàn ghế mới. Mẹ (南 Má) cũng cần thay một chiếc bàn là (南 bàn ủi) để là (南 ủi) quần áo cho cả nhà. Trong phòng tôi cũng cần mua một chiếc đèn bàn mới. Thật là nhiều thứ cần phải mua.

2. Hồ Hoàn Kiếm là một thắng cảnh nổi tiếng của thủ đô Hà Nội. Đến đây bạn sẽ có cơ hội thưởng ngoạn cảnh sắc tuyệt vời và hít thở không khí trong lành, vì xung quanh hồ là một không gian xanh. Bên cạnh hồ trồng rất nhiều cây cổ thụ, những rặng liễu thướt tha tóc rủ, những mái đền, chùa cổ kính, tháp cũ rêu phong… Chính vì thế mà mỗi khi đến đây, người ta thường mang về cho mình rất nhiều bức hình lưu niệm đẹp.

3. Ngày mai em sẽ cùng chị và mẹ (南 má) đi Đà Lạt chơi. Nghe nói phong cảnh của Đà Lạt rất đẹp và lãng mạn. Sau khi đến đó, em muốn ghé thăm nhà thờ Con Gà, Thung Lũng Tình Yêu, Hồ Xuân Hương, chùa Linh Phước và những địa điểm du lịch khác tại Đà Lạt. Em còn muốn đi hái dâu tây, uống sữa nóng và ăn bánh mì xíu mại. Đây đều là những đặc sản của Đà Lạt.

問聲（**Thanh hỏi**） 🎧 B04-19 N04-19

rửa tay
洗手

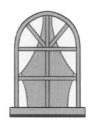

cửa sổ
窗戶

nhảy múa
跳舞

củ tỏi
蒜頭

nhổ cỏ
拔草

máy hút ẩm
除溼機

北越 **quả ổi**
南越 **trái ổi**
芭樂

biển
海

sở thú
動物園

cảnh sát
警察

問聲聽寫練習（所有題目請專心反覆聆聽練習，以便達到快速聽懂聲調的實力）

一、請聽 Mp3 找出問聲的字，並標上發音符號。 🎧 B04-20 N04-20

① cưa sô　　　窗戶　　　② canh sat　　　警察

③ rưa tay　　　洗手　　　④ nhô co　　　　拔草

⑤ may hut âm　除溼機　　⑥ biên　　　　　海

⑦ con tho　　　兔子　　　⑧ sư tư　　　　　獅子

二、聽 Mp3，找出下方短句中問聲的字，並圈起來。 🎧 B04-21 N04-21

1. Trươc khi ăn cơm phai rưa tay sach se.　吃飯前要把手洗乾淨。

2. Me (南 Ma) tôi đang nhô co ngoai vươn.　我媽媽在菜園裡拔草。

3. Mua he em thich đi biên chơi.　夏天我喜歡去海邊玩。

4. Cuôi tuân em co muôn đi sơ thu không?　週末妳想去動物園嗎？

5. Cuôi tuân em muôn đi sơ thu.　週末我想去動物園。

6. Cai may hut âm nay la cua ai?　這台除溼機是誰的？

7. Cai may hut âm đo la cua tôi.　那台除溼機是我的。

8. Nha ban co mây cai cưa sô?　你家有幾個窗戶。

9. Nha tôi co hai cai cưa sô.　我家有兩個窗戶。

10. Qua ôi (南 Trai ôi) nay rât ngon.　這顆芭樂很好吃。

11. Em co thich nhay mua không?　妳喜歡跳舞嗎？

12. Em rât thich nhay mua!　我很喜歡跳舞。

13. Tôi cân mua môt cai may hut âm.　我需要買一台除溼機。

14. Xin hoi sơ canh sat ơ đâu?　請問警察局在哪裡？

15. Sơ canh sat ơ đăng kia!　警察局在那邊！

1. Hôm nay em được bô (南 ba) đưa đi thăm sơ thu. Ơ đo co đu cac loai đông vât như: khi, voi, ca sâu, hô (南 cop), hươu…Chung ăn hoa qua (南 trai cây) va rât thich nhay mua, biêu diên cho khan gia xem. Em đa chup rât nhiêu anh (南 hinh). Khi trơ vê nha, em nhât đinh se khoe vơi me (南 ma) va ba ngoai.

今天爸爸帶我去動物園玩。那邊有很多動物，如：猴子、大象、鱷魚、老虎、鹿…牠們吃水果，很喜歡跳舞表演給觀眾看。我拍很多張照片，回家時我一定會秀給媽媽跟外婆看。

2. Trước nha em co môt khu vươn nho. Môi lân được nghi hoc, em đêu ra vươn giup me nhô co va chăm soc cây qua (南 cây trai). Trong vươn co rât nhiêu loai rau, cây, qua (南 trai), nhưng em thich nhât la cây bươi va cây ôi. Vi thân cua hai cây nay rât lơn va cao, như vây em co thê măc vong năm ngu trưa, vô cung thoai mai va mat me.

我家前面有一個小小的園子，每次學校放假時，我都會到園子裡幫媽媽拔草及照料果樹。園子裡有很多種青菜、樹、水果，但我最喜歡的是柚子樹及芭樂樹。因為這兩棵樹長得又大又高，這樣我可以掛著吊床躺在那邊睡午覺，既舒服又涼快。

3. Hiên nay, cư vao ngay cuôi tuân, rât nhiêu cac ban tre đêu ru nhau ra bơ biên căm trai. Ban ngay, ho đap xe quanh biên, ngôi thuyên ra đao hoăc đi câu ca. Buôi chiêu, ho cung nhau ngăm anh măt trơi lăn. Tôi đên ho đôt lưa trai, nhay mua va mơ tiêc. Hoat đông nay thât bô ich, vi no giup cho moi ngươi co cơ hôi được hoa minh vao thiên nhiên, giam bơt ap lưc trong cuôc sông hang ngay.

現今每到週末時，很多年輕人都會一起去海邊露營。白天，他們在海岸騎腳踏車，坐船去小島上玩或去釣魚；午後，他們則一起觀賞夕陽西下。到了晚上，他們則舉辦營火晚會，跳舞及開派對。這項活動是非常有益的，因為它可以讓人們有機會接觸到大自然，並減少生活壓力。

解答

一、

① cửa sổ

② cảnh sát

③ rửa tay

④ nhổ cỏ

⑤ máy hút ẩm

⑥ biển

⑦ con thỏ

⑧ sư tử

二、

1. Trước khi ăn cơm phải rửa tay sạch sẽ.

2. Mẹ (南 Má) tôi đang nhổ cỏ ngoài vườn.

3. Mùa hè em thích đi biển chơi.

4. Cuối tuần em có muốn đi sở thú không?

5. Cuối tuần em muốn đi sở thú.

6. Cái máy hút ẩm này là của ai?

7. Cái máy hút ẩm đó là của tôi.

8. Nhà bạn có mấy cái cửa sổ?

9. Nhà tôi có hai cái cửa sổ.

10. Quả ổi (南 Trái ổi) này rất ngon.

11. Em có thích nhảy múa không?

12. Em rất thích nhảy múa!

13. Tôi cần mua một cái máy hút ẩm.

14. Xin hỏi sở cảnh sát ở đâu?

15. Sở cảnh sát ở đằng kia!

三、

1. Hôm nay em được bố (南 ba) đưa đi thăm sở thú. Ở đó có đủ các loài động vật như : khỉ, voi, cá sấu, hổ (南 cọp), hươu… Chúng ăn hoa quả (南 trái cây) và rất thích nhảy múa, biểu diễn cho khán giả xem. Em đã chụp rất nhiều ảnh (南 hình). Khi trở về nhà, em nhất định sẽ khoe với mẹ (南 má) và bà ngoại.

2. Trước nhà em có một khu vườn nhỏ. Mỗi lần được nghỉ học, em đều ra vườn giúp mẹ nhổ cỏ và chăm sóc cây quả (南 cây trái). Trong vườn có rất nhiều loại rau, cây, quả (南 trái), nhưng em thích nhất là cây bưởi và cây ổi. Vì thân của hai cây này rất lớn và cao, như vậy em có thể mắc võng nằm ngủ trưa, vô cùng thoải mái và mát mẻ.

3. Hiện nay, cứ vào ngày cuối tuần, rất nhiều các bạn trẻ đều rủ nhau ra bờ biển cắm trại. Ban ngày, họ đạp xe quanh biển, ngồi thuyền ra đảo hoặc đi câu cá. Buổi chiều, họ cùng nhau ngắm ánh mặt trời lặn. Tối đến họ đốt lửa trại, nhảy múa và mở tiệc. Hoạt động này thật bổ ích, vì nó giúp cho mọi người có cơ hội được hòa mình vào thiên nhiên, giảm bớt áp lực trong cuộc sống hàng ngày.

 跌聲（**Thanh ngã**） 🎧

 **cái võng**
吊床

 **ngã tư**
十字路口

 **vẽ tranh**
畫畫

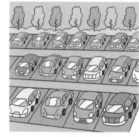 北越 **bãi đỗ xe**
南越 **bãi đậu xe**
停車場

 **mũ nón**
帽子

 **sữa chua**
優酪乳、酸奶

 北越 **lĩnh lương**
南越 **lãnh lương**
領薪

 **diễn viên**
演員

 **con muỗi**
蚊子

 **bãi cỏ**
草地

跌聲聽寫練習（所有題目請專心反覆聆聽練習，以便達到快速聽懂聲調的實力）

一、請聽 Mp3 找出跌聲的字，並標上發音符號。 🎧 B04-26 / N04-26

① ve tranh　　畫畫　　② sưa chua　　優酪乳、酸奶

③ bai co　　草地　　④ mu non　　帽子

⑤ cai vong　　吊床　　⑥ diên viên　　演員

⑦ đua　　筷子　　⑧ gio bao　　颱風

二、聽 Mp3，找出下方短句中跌聲的字，並圈起來。 🎧 B04-27 / N04-27

1. Thanh Lan ve tranh rât đep.　青蘭畫畫很好看。

2. Xin hoi <u>bai đô xe</u> (南 <u>bai đâu xe</u>) ơ đâu?　請問停車場在哪裡？

3. <u>Bai đô xe</u> (南 <u>Bai đâu xe</u>) ơ gân nga tư đăng kia.　停車場在那邊的十字路口附近。

4. Chi Hoa la diên viên nôi tiêng.　花姐姐是有名的演員。

5. Dương ơi, ban co thich ăn sưa chua không?　阿揚啊！你喜歡吃優酪乳嗎？

6. <u>Tơ</u> (南 <u>Tui</u>) rât thich ăn sưa chua.　我很喜歡吃優酪乳。

7. Nha tôi ban rât nhiêu mu non.　我家賣很多帽子。

8. Bai co nay rông qua!　這草地好寬！

9. Toi thich năm trên bai co ngăm sao.　我喜歡躺在草地上看星星。

10. Ngay mai Mai va Linh đêu <u>linh lương</u> (南 <u>lanh lương</u>).　阿梅跟阿玲明天都會領薪水。

11. Cai vong nay năm rât thoai mai.　這個吊床躺很舒服。

12. Tôi rât thich ve tranh.　我很喜歡畫畫。

13. Xe cua tôi đang ơ trong <u>bai đô xe</u> (南 <u>bai đâu xe</u>).　我的車停在停車場裡。

14. Ban co biêt diên viên nam đo không?　你知道那個男演員嗎？

15. Diên viên nam đo la thân tương cua tôi.　那個男演員是我的偶像。

1. Tuân trươc em băt đâu tham gia môt lơp hoc ve tranh. Cô giao đa đưa ca lơp đên môt công viên co không gian rât tuyêt đê thưc hanh tiêt hoc ve. Em rât thich công viên đo. Tuy nhiên, trên bai co chung em ngôi ve tranh co rât nhiêu muôi, thưc sư không thoai mai chut nao.

上星期我開始參加一個學畫畫的課程。老師帶全班到一個很棒的公園進行畫畫課。我很喜歡那座公園，但是我們坐在草地上畫畫時卻有很多蚊子，真的讓人很不舒服。

2. Đên Viêt Nam, cac ban nhât đinh phai uông thư thưc uông co tên goi "sưa chua đanh đa". Đây la môt loai thưc uông phô biên trong nhưng ngay nong bưc. Ngươi ta dung sưa chua, cho thêm đa bao, vưa mat vưa ngon. Sưa chua đanh đa không chi dung đê giai khat, ma no con co tac dung chông lao hoa, giup tiêu hoa va tôt cho da day.

來到越南，你們一定要嘗嘗看一種名為「酸奶冰沙」的飲品。在這裡炎熱的天候下，這項飲品相當地受到歡迎。而「酸奶冰沙」是人們用酸奶，加上沙冰所製成的，吃下去後能感到沁涼可口。酸奶冰沙不但可以解渴，而它還有抗老、助消化及保護胃部的功用。

3. Hô Ngoc Ha la môt ngươi mâu, ca si, diên viên nôi tiêng ơ Viêt Nam. Cô ây rât thông minh, xinh đep va quyên ru. Nhiêu ban nư đêu ngương mô va lây cô ây lam hinh tương đê hoc tâp va phân đâu. Cung co không it cac ban nam đêu hâm mô cô nư hoang giai tri nay cua Viêt Nam.

胡玉荷是越南一位非常知名的模特兒、歌手及演員。她非常地聰明、漂亮且迷人。在越南許多女生都很崇拜她，將她當作偶像並努力向她學習。也有不少男生朋友都很欣賞這位越南的娛樂女王。

💡 解答

一、

① vẽ tranh
② sữa chua
③ bãi cỏ
④ mũ nón
⑤ cái võng
⑥ diễn viên
⑦ đũa
⑧ gió bão

二、

1. Thanh Lan vẽ tranh rất đẹp.
2. Xin hỏi bãi đỗ xe (南 bãi đậu xe) ở đâu?
3. Bãi đỗ xe (南 Bãi đậu xe) ở gần ngã tư đằng kia.
4. Chị Hoa là diễn viên nổi tiếng.
5. Dương ơi, bạn có thích ăn sữa chua không?
6. Tớ (南 Tui) rất thích ăn sữa chua.
7. Nhà tôi bán rất nhiều mũ nón.
8. Bãi cỏ này rộng quá!
9. Tôi thích nằm trên bãi cỏ ngắm sao.
10. Ngày mai Mai và Linh đều lĩnh lương (南 lãnh lương).
11. Cái võng này nằm rất thoải mái.
12. Tôi rất thích vẽ tranh.
13. Xe của tôi đang ở trong bãi đỗ xe (南 bãi đậu xe).
14. Bạn có biết diễn viên nam đó không?
15. Diễn viên nam đó là thần tượng của tôi.

三、

1. Tuần trước em bắt đầu tham gia một lớp học vẽ tranh. Cô giáo đã đưa cả lớp đến một công viên có không gian rất tuyệt để thực hành tiết học vẽ. Em rất thích công viên đó. Tuy nhiên, trên bãi cỏ chúng em ngồi vẽ tranh có rất nhiều muỗi, thực sự không thoải mái chút nào.

2. Đến Việt Nam, các bạn nhất định phải uống thử thức uống có tên gọi "sữa chua đánh đá". Đây là một loại thức uống phổ biến trong những ngày nóng bức. Người ta dùng sữa chua, cho thêm đá bào, vừa mát vừa ngon. Sữa chua đánh đá không chỉ dùng để giải khát, mà nó còn có tác dụng chống lão hóa, giúp tiêu hóa và tốt cho dạ dày.

3. Hồ Ngọc Hà là một người mẫu, ca sĩ, diễn viên nổi tiếng ở Việt Nam. Cô ấy rất thông minh, xinh đẹp và quyến rũ. Nhiều bạn nữ đều ngưỡng mộ và lấy cô ấy làm hình tượng để học tập và phấn đấu. Cũng có không ít các bạn nam đều hâm mộ cô nữ hoàng giải trí này của Việt Nam.

重聲（Thanh nặng）

học sinh
學生

lọ mực
墨水瓶

tội nghiệp
可憐

bộ đội
士兵

mật ong
蜂蜜

chợ nổi
水上市場

北越 **cầu trượt**
南越 **cầu tuột**
溜滑梯

con bạch tuộc
章魚

con lạc đà
駱駝

đọc sách
看書

重聲聽寫練習（所有題目請專心反覆聆聽練習，以便達到快速聽懂聲調的實力）

一、請聽 Mp3 找出重聲的字，並標上發音符號。 🎧 B04-32 N04-32

① chơ nôi 　　　　水上市場　　② con bach tuôc 　　章魚

③ mât ong 　　　　蜂蜜　　　　④ bô đôi 　　　　　士兵

⑤ câu trươt (南 câu tuôt) 溜滑梯　⑥ lo mưc 　　　　墨水瓶

⑦ con ngưa 　　　　馬　　　　　⑧ bân rôn 　　　　忙碌

二、聽 Mp3，找出下方短句中重聲的字，並圈起來。 🎧 B04-33 N04-33

1. Con bach tuôc sông ơ biên.　章魚棲息在海中。

2. Chu bô đôi canh gac bao vê đât nươc.　士兵保衛國家。

3. Nha em co nuôi môt con ngưa.　我家有養一隻馬。

4. Tre em rât thich trươt câu trươt (南 chơi câu tuôt).　小朋友很喜歡*玩溜滑梯。*註：「玩溜滑梯」此一表現在南方及北方分別使用不同的動詞。

5. Mât ong rât ngot.　蜂蜜很甜。

6. Nha ban co ơ gân bênh viên không?　你家靠近醫院嗎？

7. Nha tôi ơ rât xa bênh viên.　我家離醫院很遠。

8. Chung ta nên đoc sach thương xuyên.　我們要常看書。

9. Lo mưc nay hêt mưc rôi.　這墨水瓶已經沒了。

10. Hoc sinh nên chăm chi hoc bai.　學生要認真讀書。

11. Lac đa co ba cai mi măt.　駱駝有三層眼皮。

12. Em chưa đươc thây lac đa bao giơ.　我從來沒看過駱駝。

13. Miên Nam Viêt Nam co rât nhiêu chơ nôi.　在越南的南方有很多水上市場。

14. Lơp anh co bao nhiêu hoc sinh?　你班上有幾個學生？

15. Lơp anh co ba mươi hai hoc sinh.　我的班上有三十二個學生。

1. Gân nha tôi co môt trương hoc. Trương hoc nay co rât nhiêu hoc sinh. Môi thư hai hang tuân hoc sinh đêu phai măc ao đông phuc mau trăng đên trương. Môi lân đi qua trương, tôi đêu thây cac em hoc sinh rât chăm chi hoc bai. Giơ ra chơi cac em ây thich trươt câu trươt (南 chơi câu tuôt) va chay quanh sân trương.

我家附近有一所學校，這所學校有很多學生。每週一學生都要穿白色的制服到學校去。每次經過學校，我都看到學生很認真上學。下課時他們喜歡玩溜滑梯以及在校園裡跑來跑去。

2. Dich vu y tê cua Đai Loan vô cung chât lương va đươc đanh gia cao trên toan thê giơi. Vơi nhưng thiêt bi tiên tiên; đôi ngu y bac si chuyên nghiêp; phuc vu tân tinh; chi phi hơp ly, cac bênh viên cua Đai Loan ngay cang thu hut nhiêu bênh nhân tư nươc ngoai đên kham va điêu tri.

台灣的醫療非常有品質，享譽全球。憑藉著先進的設備、專業的醫療團隊、熱忱服務及合理的成本，台灣的醫院越來越吸引更多從國外來的患者來台檢查及治療。

3. Sau khi nơi long điêu kiên visa du lich cho ngươi Viêt, công thêm nhiêu hang may bay tung ra hang loat gia ve re, đao ngoc Đai Loan ngay cang thu hut nhiêu du khach Viêt Nam. Đai Loan tuy chi băng 1/9 cua Viêt Nam, nhưng nơi đây co rât nhiêu đia điêm du lich không thê bo qua va đang đê ta đên kham pha.

自從對越南旅遊簽證放寬條件之後，再加上許多航空公司推出了一系列的低廉票價，台灣越來越能吸引更多的越南遊客到訪。雖然台灣的面積只有越南的九分之一，但在這裡有非常多不能錯過的旅遊景點，值得我們去探索。

解答

一、

① chợ **nổi**
② con bạch tuộc
③ **mật** ong
④ bộ đội
⑤ cầu trượt (南 cầu tuột)
⑥ lọ mực
⑦ con ngựa
⑧ bận rộn

二、

1. Con bạch tuộc sống ở biển.
2. Chú bộ đội canh gác bảo vệ đất nước.
3. Nhà em có nuôi một con ngựa.
4. Trẻ em rất thích trượt cầu trượt (南 chơi cầu tuột).
5. Mật ong rất ngọt.
6. Nhà bạn có ở gần bệnh viện không?
7. Nhà tôi ở rất xa bệnh viện.
8. Chúng ta nên đọc sách thường xuyên.
9. Lọ mực này hết mực rồi.
10. Học sinh nên chăm chỉ học bài.
11. Lạc đà có ba cái mí mắt.
12. Em chưa được thấy lạc đà bao giờ.
13. Miền Nam Việt Nam có rất nhiều chợ nổi.
14. Lớp anh có bao nhiêu học sinh?
15. Lớp anh có ba mươi hai học sinh.

三、

1. Gần nhà tôi có một trường học. Trường học này có rất nhiều học sinh. Mỗi thứ hai hàng tuần học sinh đều phải mặc áo đồng phục màu trắng đến trường. Mỗi lần đi qua trường, tôi đều thấy các em học sinh rất chăm chỉ học bài. Giờ ra chơi các em ấy thích trượt cầu trượt (南 chơi cầu tuột) và chạy quanh sân trường.

2. Dịch vụ y tế của Đài Loan vô cùng chất lượng và được đánh giá cao trên toàn thế giới. Với những thiết bị tiên tiến; đội ngũ y bác sĩ chuyên nghiệp; phục vụ tận tình; chi phí hợp lý, các bệnh viện của Đài Loan ngày càng thu hút nhiều bệnh nhân từ nước ngoài đến khám và điều trị.

3. Sau khi nới lỏng điều kiện visa du lịch cho người Việt, cộng thêm nhiều hãng máy bay tung ra hàng loạt giá vé rẻ, đảo ngọc Đài Loan ngày càng thu hút nhiều du khách Việt Nam. Đài Loan tuy chỉ bằng một phần chín của Việt Nam, nhưng nơi đây có rất nhiều địa điểm du lịch không thể bỏ qua và đáng để ta đến khám phá.

 **聲調應用練習**（所有題目請專心反覆聆聽練習，以便達到快速聽懂聲調的實力）

聽 Mp3，標上下方短文中每個字的聲調符號。

B04-37
N04-37

1. Ao dai la trang phuc truyên thông cua Viêt Nam. Ơ Viêt Nam, đi đên đâu chung ta cung co thê băt găp hinh anh thiêu nư Viêt thươt tha trong ta ao dai, nhât la tai cac trương hoc, nơi ma cô va tro đêu thương xuyên măc ao dai. Ao dai thương đươc măc vao cac dip lê hôi, trình diên; hoăc tai nhưng môi trương đoi hoi sư trang trong, lich sư; hoăc la đông phuc nư sinh tai môt sô trương trung hoc hay đai hoc.

奧黛是越南的傳統服裝。在越南，走到哪裡都可以看到越南女生婀娜多姿地穿著奧黛。特別在學校裡，是老師與學生都常穿奧黛的地方。通常在很多節慶活動、表演或在正式的場合人們都會穿著奧黛。在一些高中及大學裡，奧黛也是女學生的制服。

B04-38
N04-38

2. Banh chưng la môt loai banh truyên thông cua dân tôc Viêt, nhăm thê hiên long biêt ơn cua con chau đôi vơi cha ông va đât trơi xư sơ. Nguyên lieu lam banh chưng gôm gao nêp, đâu xanh, thit lơn (南 thit heo), la dong. Banh thương đươc lam vao cac dip Têt cô truyên cua dân tôc Viêt, cung như ngay giô tô Hung Vương (mung 10 thang 3 âm lich).

粽子是越南民族的傳統年糕，用來表達對祖先及天地的感激。粽子的材料包括糯米、綠豆、豬肉、粽葉。一般在越南的傳統節日，或在雄王忌日（農曆10月3號）當天會包粽子。

B04-39
N04-39

3. Xe ôm la môt dich vu vân tai chuyên chơ ngươi va hang hoa băng hinh thưc xe găn may. Ngươi chay xe ôm se nhân tiên thu lao theo thoa thuân hoăc theo chiêu dai đoan đương chơ đi. Xe ôm la môt trong nhưng hinh thưc chuyên chơ kha phô biên ơ Viêt Nam. Nghê lai xe ôm đươc kha nhiêu ngươi đan ông chon đê mưu sinh.

抱抱車（計程摩托車）是一種運輸服務業，以摩托車的形式載送人或貨物。計價方式有兩種，通常司機會先與客人先談好價格，或依照路程的長短來定價。在越南，抱抱車是非常普遍的運輸服務模式，也是許多男性賴以為生的工作。

4. Phơ la môt mon ăn truyên thông cua Viêt Nam, cung co thê xem la môt trong nhưng mon ăn tiêu biêu cho âm thưc Viêt Nam. Thanh phân chinh cua phơ la banh phơ va nươc dung (南 nươc leo), cung vơi thit bo hoăc ga căt lat mong. Phơ thông thương dung lam mon ăn buôi sang hoăc ăn đêm, nhưng ơ cac thanh phô lơn mon ăn nay được thương thưc trong ca ngay. Hiên nay, phơ đa trơ nên nôi tiêng trên toan thê giơi. Ở Đai Loan, Han Quôc hay ơ My co thê dê dang tim được môt quan phơ Viêt Nam.

河粉是一道越南的傳統料理，也可以說是具有代表性的越南料理之一。河粉主要的食材有粉條、高湯，還有薄切牛肉或雞肉片。河粉通常是作為早餐或消夜的食物，但在一些大城市裡，這道菜全天都吃得到。現今河粉已舉世聞名。在台灣、韓國及美國都很容易找到賣河粉的餐廳。

💡 解答

聽 Mp3，標上下方短文中每個字的發音符號。

1. Áo dài là trang phục truyền thống của Việt Nam. Ở Việt Nam, đi đến đâu chúng ta cũng có thể bắt gặp hình ảnh thiếu nữ Việt thướt tha trong tà áo dài, nhất là tại các trường học, nơi mà cô và trò đều thường xuyên mặc áo dài. Áo dài thường được mặc vào các dịp lễ hội, trình diễn; hoặc tại những môi trường đòi hỏi sự trang trọng, lịch sự, hoặc là đồng phục nữ sinh tại một số trường trung học hay đại học.

2. Bánh chưng là một loại bánh truyền thống của dân tộc Việt, nhằm thể hiện lòng biết ơn của con cháu đối với cha ông và đất trời xứ sở. Nguyên liệu làm bánh chưng gồm gạo nếp, đậu xanh, thịt lợn (南 thịt heo), lá dong. Bánh thường được làm vào các dịp Tết cổ truyền của dân tộc Việt, cũng như ngày giỗ tổ Hùng Vương (mùng 10 tháng 3 âm lịch).

3. Xe ôm là một dịch vụ vận tải chuyên chở người và hàng hóa bằng hình thức xe gắn máy. Người chạy xe ôm sẽ nhận tiền thù lao theo thỏa thuận hoặc theo chiều dài đoạn đường chở đi. Xe ôm là một trong những hình thức chuyên chở khá phổ biến ở Việt Nam. Nghề lái xe ôm được khá nhiều người đàn ông chọn để mưu sinh.

4. Phở là một món ăn truyền thống của Việt Nam, cũng có thể xem là một trong những món ăn tiêu biểu cho ẩm thực Việt Nam. Thành phần chính của phở là bánh phở và nước dùng (南 nước lèo), cùng với thịt bò hoặc gà cắt lát mỏng. Phở thông thường dùng làm món ăn buổi sáng hoặc ăn đêm, nhưng ở các thành phố lớn món ăn này được thưởng thức trong cả ngày. Hiện nay, phở đã trở nên nổi tiếng trên toàn thế giới. Ở Đài Loan, Hàn Quốc hay ở Mỹ có thể dễ dàng tìm được một quán phở Việt Nam.

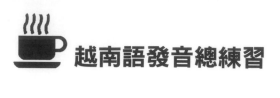 越南語發音總練習

一、單字記憶大考驗

中文意思	填寫底線裡的音	重聽並再練寫一次
(1) 走路	đ___ bộ	
(2) 工程師	k___ sư	
(3) 耳朵	c___ t___	
(4) 飛機	m___ b___	
(5) 頭	cái đ___	
(6) 染髮	nh___ tóc	
(7) 桌子	cái b___	
(8) 護士	___ tá	
(9) 口紅	s___ môi	
(10) 台灣	Đài L___	
(11) 陣雨	c___ mưa	
(12) 電話	đ___ thoại	
(13) 春天	mùa x___	
(14) 排球	bóng ch___	
(15) 刀子	con d___	
(16) 教室	__ớp học	
(17) 鈴鐺	cái ___uông	
(18) 水井	__ếng nước	

中文意思	填寫底線裡的音	重聽並再練寫一次
(19) 聽說	___e nói	_____
(20) 秋天	mùa ___u	_____
(21) 醫生	b___ sĩ	_____
(22) 顏色	màu s___	_____
(23) 祝福	ch___ ph___	_____
(24) 外套	áo kh___	_____
(25) 香菸	th___ lá	_____
(26) 工作	làm v___	_____
(27) 唱歌	ca h___	_____
(28) 孝順	hiếu th___	_____
(29) 沙灘	bãi c___	_____
(30) 洗臉	rửa m___	_____
(31) 疲累	m___ mỏi	_____
(32) 糕點	bánh ng___	_____
(33) 土地	đ___ đai	_____
(34) 麵粉	b___ mì	_____
(35) 發燒	cơn s___	_____
(36) 寫字	v___ chữ	_____
(37) 丟垃圾	v___ rác	_____
(38) 衝浪	l___ ván	_____

中文意思	填寫底線裡的音	重聽並再練寫一次
(39) 小丑	chú h____	_____
(40) 再見	tạm b____	_____
(41) 安全門	lối th____ hiểm	_____
(42) 森林	r____	_____
(43) 高麗菜	b____ cải	_____
(44) 呼吸	h____ thở	_____
(45) 近視	c____ thị	_____
(46) 浴巾	kh____ tắm	_____
(47) 檢查	k____ tra	_____
(48) 食品	thực ph____	_____
(49) 山羌	con h____	_____
(50) 喝酒	____ rượu	_____
(51) 學校	tr____ học	_____
(52) 味噌湯	canh t____	_____
(53) 鼻竇炎	bệnh x____	_____
(54) 山谷	th____ l____	_____
(55) 責罵	q____ trách	_____
(56) 墨鏡	k____ râm	_____
(57) 白色	màu tr____	_____
(58) 航空	h____ không	_____

中文意思	填寫底線裡的音	重聽並再練寫一次
(59) 經營	kinh d_____	_____
(60) 電腦	máy vi t____	_____
(61) 醫院	b____ viện	_____
(62) 蜘蛛	con nh_____	_____
(63) 英文	tiếng _____	_____
(64) 乾淨	s____ sẽ	_____
(65) 強盜	kẻ c_____	_____
(66) 喜帖	th____ cưới	_____
(67) 合作	h____ tác	_____
(68) 學習	học t____	_____
(69) 排隊	x____ hàng	_____
(70) 腳踏車	xe đ____	_____
(71) 閱兵	d_____ binh	_____
(72) 發財	ph_____ tài	_____
(73) 冰雪	băng t_____	_____
(74) 盲腸炎	r____ thừa	_____
(75) 出口	x____ khẩu	_____
(76) 法律	l____ pháp	_____
(77) 洋娃娃	b_____ bê	_____
(78) 龍捲風	gió x_____	_____

二、單字分類練習

生物 I　請依圖示判斷,將正確的越文寫法圈選出來:

(1)

(A) con cấ
(B) con cá

(2)

(A) khỉ
(B) khị

(3)

(A) con ngụng
(B) con ngựa

(4)

(A) con dê
(B) con đê

(5)

(A) sư tự
(B) sư tử

(6)

(A) chin chốc
(B) chim chóc

(7)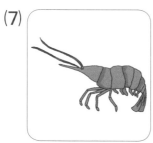

(A) con tôm
(B) 北 tôm tít
　　 南 bề bề

(8)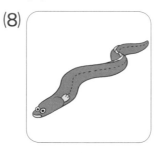

(A) con lươn
(B) con lương

(9)

(A) con cóc
(B) con ếch

(10)

(A) con lạc đà
(B) con lạc đầ

(11)

(A) con rắn
(B) con rết

(12)

(A) giun
(B) giùn

生物 II　請依圖示判斷，將正確的越文寫法圈選出來：

(1)

(A) con bò
(B) con bồ

(2)

(A) con mèo
(B) con chó

(3)

(A) cá xấu
(B) cá sấu

(4)

(A) con bạch tuộc
(B) con mực

(5)

(A) con hoẵng
(B) con khoẵng

(6)

(A) con trâu
(B) con trêu

(7)

(A) con yêm
(B) con yến

(8)

(A) con sóc
(B) con sốc

(9)

(A) con cõ
(B) con cò

(10)
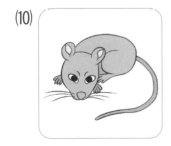
(A) con chuột
(B) con chuật

(11)

(A) con hươn
(B) con hươu

(12)

(A) con cua
(B) con ốc

蔬果與植物 I 請依圖示判斷，將正確的越文寫法圈選出來：

(1)

(A) 北 quả đê
　　南 trái đê
(B) 北 quả lê
　　南 trái lê

(2)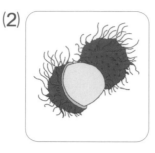

(A) chôm chôm
(B) 北 hồng xiêm
　　南 sapoche

(3)

(A) 北 quả quỳt
　　南 trái quỳt
(B) 北 quả quýt
　　南 trái quýt

(4)

(A) 北 quả chuột
　　南 trái chuột
(B) 北 quả chuối
　　南 trái chuối

(5)

(A) dưa hấu
(B) giưa hấu

(6)

(A) đu đủ
(B) đủ đủ

(7)

(A) 北 quả đào
　　南 trái đào
(B) 北 quả táo
　　南 trái táo

(8)

(A) 北 quả ổi
　　南 trái ổi
(B) 北 quả ơi
　　南 trái ơi

(9)

(A) 北 quả ớt
　　南 trái ớt
(B) 北 ngô
　　南 bắp

蔬果與植物 II 請依圖示判斷，將正確的越文寫法圈選出來：

(1)

(A) cầy
(B) cây

(2)

(A) 北 hoa huê
　　南 bông huệ
(B) 北 hoa bách hợp
　　南 bông bách hợp

(3)

(A) 北 hoa cục
　　南 bông cục
(B) 北 hoa cúc
　　南 bông cúc

(4)

(A) cây tre
(B) cầy trẻ

(5)

(A) 北 hoa hồng
　　南 bông hồng
(B) 北 hoa thủy tiên
　　南 bông thủy tiên

(6)

(A) rau mướng
(B) rau muống

(7)

(A) 北 hoa quỳnh
　　南 bông quỳnh
(B) 北 hoa quýnh
　　南 bông quýnh

(8)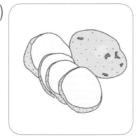

(A) cà tím
(B) khoai tây

(9)

(A) 北 bí ngô
　　南 bí đỏ
(B) 北 bì ngô
　　南 bì đỏ

越南特色 請依圖示判斷，將正確的越文寫法圈選出來：

(1)
(A) ảo dài
(B) áo dài

(2)
(A) báng chưng
(B) bánh chưng

(3)
(A) Hồ Hoàn Kiếm
(B) Vịnh Hạ Long

(4)
(A) mì gà
(B) phở gà

(5)
(A) xích-lô
(B) xách-đo

(6)
(A) 北 quả gác
　　南 trái gác
(B) 北 quả gấc
　　南 trái gấc

(7)
(A) dấu vạt
(B) đấu vật

(8)
(A) 北 búm chả
　　南 búm thịt nướng
(B) 北 bún chả
　　南 bún thịt nướng

(9)
(A) kèn bầu
(B) kền bầu

(10)
(A) rau ngót
(B) rau nhót

(11)
(A) 北 quả me
　　南 trái me
(B) 北 quả mê
　　南 trái mê

(12)
(A) Huế
(B) Hội An

Napalm's Tet, what?

解答

一 單字記憶大考驗

1. đi bộ	2. kỹ sư	3. cái tai	4. máy bay	5. cái đầu
6. nhuộm tóc	7. cái bàn	8. y tá	9. son môi	10. Đài Loan
11. cơn mưa	12. điện thoại	13. mùa xuân	14. bóng chuyền	15. con dao
16. lớp học	17. cái chuông	18. giếng nước	19. nghe nói	20. mùa thu
21. bác sĩ	22. màu sắc	23. chúc phúc	24. áo khoác	25. thuốc lá
26. làm việc	27. ca hát	28. hiếu thuận	29. bãi cát	30. rửa mặt
31. mệt mỏi	32. bánh ngọt	33. đất đai	34. bột mì	35. cơn sốt
36. viết chữ	37. vứt rác	38. lướt sóng	39. chú hề	40. tạm biệt
41. lối thoát hiểm	42. rừng	43. bắp cải	44. hít thở	45. cận thị
46. khăn tắm	47. kiểm tra	48. thực phẩm	49. con hoẵng	50. uống rượu
51. trường học	52. canh tương	53. bệnh xoang	54. thung lũng	55. quở trách
56. kính râm	57. màu trắng	58. hàng không	59. kinh doanh	60. máy vi tính
61. bệnh viện	62. con nhện	63. tiếng Anh	64. sạch sẽ	65. kẻ cướp
66. thiệp cưới	67. hợp tác	68. học tập	69. xếp hàng	70. xe đạp
71. duyệt binh	72. phát tài	73. băng tuyết	74. ruột thừa	75. xuất khẩu
76. luật pháp	77. búp bê	78. gió xoáy		

二 單字分類練習

Ⓐ (1) B　(2) A　(3) B　(4) A　(5) B　(6) B　(7) A　(8) A　(9) B　(10) A　(11) A　(12) A

Ⓑ (1) A　(2) A　(3) B　(4) A　(5) A　(6) A　(7) B　(8) A　(9) B　(10) A　(11) B　(12) B

Ⓒ (1) B　(2) A　(3) B　(4) B　(5) B　(6) A　(7) B　(8) A　(9) A

Ⓓ (1) B　(2) A　(3) B　(4) A　(5) A　(6) B　(7) A　(8) B　(9) A

Ⓔ (1) B　(2) B　(3) A　(4) A　(5) A　(6) B　(7) B　(8) A　(9) B　(10) B　(11) A　(12) B

三 單字補給站（「單字分類練習」中藏著一些你還沒學過的單字，快來學習吧！）　B 04-45　N 04-45

生物 I　(7) tôm tít（南 bề bề）蝦蛄 (9) con cóc 蟾蜍 (11) con rết 蜈蚣

生物 II　(2) con chó 狗 (4) con mực 小捲 (12) con cua 螃蟹

蔬果與植物 I　(2) hồng xiêm（南 sapoche）仁心果 (7) quả đào（南 trái đào）桃子、水蜜桃

(9) ngô（南 bắp）玉米

蔬果與植物 II　(2) hoa bách hợp（南 bông bách hợp）百合花 (5) hoa thủy tiên

（南 bông thủy tiên）水仙花 (8) cà tím 茄子

越南特色　(3) Vịnh Hạ Long 下龍灣 (4) phở gà 雞肉河粉 (12) Huế（地名）順化

第 1 課
Cách chào hỏi
基本問候

一 正宗的越南語打招呼方式 🎧 B05-01 N05-01

Chào ＋稱呼詞

比如：Chào anh!　　哥哥好！
　　　Chào chị!　　姊姊好！
　　　Chào cô!　　姑姑好！、老師好！
　　　Em chào cô ạ!　老師好！

Notes 當一句話有完整的「主詞＋動詞＋受詞＋ạ」代表最為禮貌的句子。（ạ 為北音的禮貌表現）

或是：

Chào ＋對方名字

比如：Chào Hằng!　　　　阿姮好！
　　　Chào chị Caroline!　卡洛琳姊姊好！
　　　Em chào anh Việt!　越哥哥好！

Notes 另外可以用 "xin chào" 或 "xin kính chào"。用在正式場合或非常禮貌的情況之下。

在越南也有早安、午安、晚安這些詞彙，但通常只會在新聞播放時會聽到而已。除此外都會用 Chào 來打招呼。所以 Chào 在任何時間都可以用。

 Chào buổi sáng!　早安

 Chào buổi trưa!　（中午）午安

 Chào buổi chiều!　（下午）午安

 Chào buổi tối!　晚安

 Chúc ngủ ngon!　晚安
（祝美夢）

以上各時段也可以只說

Chào

Chào 或 tạm biệt 都是「再見」的意思。

例如：

A: Chào mọi người em phải về rồi.

B: Tạm biệt A. Hẹn gặp lại nhé!

A：大家再見，我要回去了。
B：A再見，再約喔！

二 越南語打招呼示範 🎧 B05-02 N05-02

Thầy giáo và học sinh 男老師與學生

Thầy giáo : Chào các em. Các em khỏe không?

Học sinh : Cảm ơn thầy, chúng em khỏe.
　　　　　Thầy có khỏe không ạ?

Thầy giáo: Thầy khỏe. Cảm ơn các em.

老師：大家好！大家好嗎？
學生：謝謝老師，我們好。老師好嗎？
老師：我好。謝謝大家。

Giới thiệu bạn 介紹朋友

Huyên: Chào anh.

Khải: Chào em. Giới thiệu với em:
　　　Đây là anh Nam. Anh ấy là bạn thân của anh.

Huyên: Chào anh Nam. Rất vui được gặp anh.

Nam: Chào em.
　　　Anh cũng rất vui được làm quen với em.

萱：哥哥好！
凱：妳好！跟妳介紹一下，這位是阿南哥，他是我的好朋友。
萱：阿南哥好！很高興見到你。
南：妳好！我也很高興可以認識妳。

第 2 課
Chữ số

0 không, lẻ (linh)	1 một	2 hai	3 ba
4 bốn, tư	5 năm	6 sáu	7 bảy
8 tám	9 chín	10 mười	11 mười một
12 mười hai	13 mười ba	15 mười lăm (nhăm)	20 hai mươi
21 hai mươi mốt (hai mốt)	90 chín mươi	100 một trăm	101 một trăm linh một một trăm lẻ một

Notes Lẻ (linh) 只會應用在十位數已上。

Notes Tư, bốn：都是指「4」，但有些情況之下有的只能用 tư，有些情況只能用 bốn。
例如：Tư：Thứ tư (星期三)
          Bốn：Số bốn (數字四), mười bốn (十四)

Notes Năm 在「十」後面都念成："lăm" 或 "nhăm"，例如：「15」唸成 "mười lăm (nhăm)"。
"mười" 在其他數字後都唸 "mươi"，例如：「20」唸成 "hai mươi"、「30」唸成 "ba mươi"。
"một" 在 "mươi" 後都唸 "mốt"，例如：「21」唸成 "hai mươi mốt"、「31」唸成 "ba mươi mốt"。

一 會話練習   B05-04 N05-04

句型 1：

A: Xin hỏi, chị bao nhiêu tuổi rồi?

B: Tôi hai mươi lăm tuổi.

A：請問妳幾歲了？

B：我25歲。

Chị bao nhiêu tuổi rồi?

句型 2：

A: Tất cả có mấy cái kẹo?

B: Có hai cái.

A：總共有幾個糖果？

B：有兩個。

Bao nhiêu 是「多少」的意思，mấy 則是「幾」的意思。在越南，若是詢問 10 歲以下的兒童時可以用 mấy，但通常詢問 11 歲以上的兒童至成人時一定要用 bao nhiêu。Bao nhiêu 的應用度很廣，可用於詢問價錢或是年齡。

句型 3

A: Xin hỏi, nhà em có mấy người?

B: Nhà của em có năm người.

A：請問你家有幾個人？

B：我的家有5個人。

二 單字補給站 🎧 B05-05 N05-05

數字及金錢的計算 (Cách đếm số và giá tiền)

若是金錢的話，數字後面要加：đồng 盾

100:	một trăm	2000:	hai nghìn (ngàn)
101:	một trăm lẻ (linh) một, một lẻ (linh) một	3000:	ba nghìn (ngàn)
200:	hai trăm	4000:	bốn nghìn (ngàn)
300:	ba trăm	5000:	năm nghìn (ngàn)
400:	bốn trăm	6000:	sáu nghìn (ngàn)
500:	năm trăm	7000:	bảy nghìn (ngàn)
600:	sáu trăm	8000:	tám nghìn (ngàn)
700:	bảy trăm	9000:	chín nghìn (ngàn)
800:	tám trăm	10000:	mười nghìn (ngàn)
900:	chín trăm	10萬：	một trăm nghìn (ngàn)
1000:	một nghìn (ngàn)	100萬：	một triệu
1001:	một nghìn không trăm lẻ (linh) một	1000萬：	mười triệu

Notes 表達十位數的「零」時用「lẻ」或「linh」，百位數時則使用「không」。

人數的計算 (Cách đếm số người)

幾個人	Bao nhiêu người (mấy người)	7 個人	bảy người
1 個人	một người	8 個人	tám người
2 個人	hai người	9 個人	chín người
3 個人	ba người	10 個人	mười người
4 個人	bốn người	14 個人	mười bốn người
5 個人	năm người	15 個人	mười lăm (nhăm) người
6 個人	sáu người	20 個人	hai mươi người

第 3 課
Cơ thể của tôi　　　　　　　　我的身體

一 身體 (cơ thể) 🎧 B05-06 / N05-06

① đầu　頭
② tóc　頭髮
③ trán　額頭
④ mắt　眼睛
⑤ mũi　鼻子
⑥ má　臉頰
⑦ miệng　嘴巴
⑧ răng　牙齒
⑨ cằm　下巴
⑩ tai　耳朵
⑪ cổ　脖子
⑫ họng　喉嚨
⑬ vai　肩膀
⑭ bắp tay　手臂
⑮ tay　手
⑯ ngực　胸
⑰ bụng　肚子
⑱ đầu gối　膝蓋
⑲ chân　腳

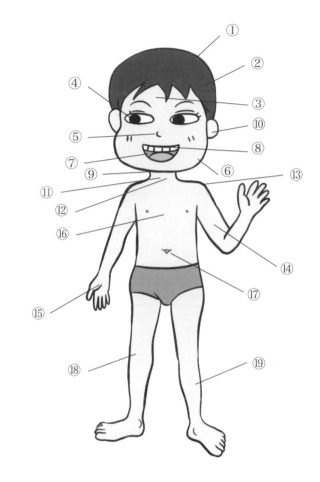

二 眼睛 (mắt) 🎧 B05-07 / N05-07

① lông mày　眉毛
② mí mắt　眼瞼
③ lông mi　睫毛
④ con ngươi　瞳孔

三 口 (miệng) 🎧 B05-08 / N05-08

① môi　嘴唇
② răng　牙齒
③ lưỡi　舌頭

四 背 (lưng) 🎧 B05-09 / N05-09

① gáy　頸背
② lưng　背
③ eo　腰
④ khuỷu tay　手肘
⑤ mông　屁股
⑥ gót chân　足跟
⑦ ngón chân　腳趾

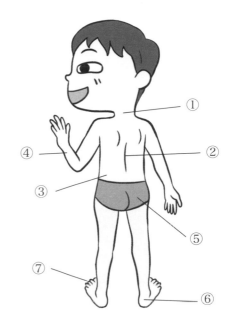

五 手指 (ngón tay) 🎧 B05-10 / N05-10

① ngón cái　大拇指
② ngón trỏ　食指
③ ngón giữa　中指
④ ngón áp út　無名指
⑤ ngón út　小指
⑥ móng tay　指甲

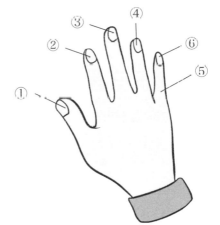

六 腳 (chân) 🎧 B05-11 / N05-11

① ngón chân　腳趾
② mu bàn chân　足背
③ lòng bàn chân　腳底
④ gót chân　足跟
⑤ đầu ngón chân　腳尖

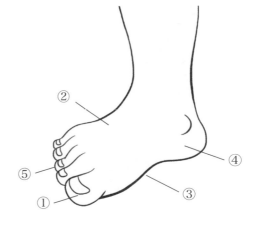

第 4 課
Đây là cái gì?

這是什麼?

一 會話練習 🎧 B05-12 N05-12

句型一

A: Đây là cái gì?

B: Đây là quyển sách.

A: 這是什麼?
B: 這是書。

句型二

A: Đây là sách tiếng Anh phải không?

B: (Khẳng định) Phải. Đây là sách tiếng Anh.

(Phủ định) Không phải. Đây không phải là sách tiếng Anh.

Đây là sách tiếng Việt.

A: 這是英文書嗎?
B: (肯定) 是的，這是英文書。
(否定) 不是，這不是英文書。這是越文書。

句型三

A: Kia là cái gì?

B: Kia là cái bàn.

A: 那是什麼?
B: 那是桌子。

句型四

A: Đây là <u>cái bút (南 cây viết)</u> phải không?

B: (Khẳng định)　　Phải. Đây là <u>cái bút (南 cây viết)</u>.

　(Phủ định)　　　Không phải. Đây không phải là <u>cái bút (南 cây viết)</u>.

A: 這是筆嗎？

B: (肯定) 是的，這是筆。

　(否定) 不是，這不是筆。

句型五

A: Đây là <u>bút chì (南 viết chì)</u> hay là <u>bút bi (南 viết bi)</u>?

B: Đây là <u>bút bi (南 viết bi)</u>.

A: 這是鉛筆還是原子筆？

B: 這是原子筆。

159

第 5 課
Động từ cơ bản và tính từ cơ bản
越南語動詞與形容詞的念法

一 動詞 (Động từ) B05-13 N05-13

1. đạp xe	騎腳踏車	21. nghe nhạc	聽音樂
2. đánh nhau	打架	22. cắt giấy	剪紙
3. chụp ảnh (南 chụp hình)	拍照	23. kể chuyện	說故事
4. bàn luận	談論	24. dạy học	教學
5. diễn thuyết	演講、演說	25. đi bộ	走路
6. rửa bát (南 rửa chén)	洗碗	26. giặt đồ	洗東西
7. đứng	站	27. vẽ tranh	畫畫
8. nằm	躺	28. tính toán	計算
9. ngồi	坐	29. tắm rửa	洗澡
10. ăn cơm	吃飯	30. đọc sách	讀書、看書
11. đi	走、去	31. viết chữ	寫字
12. ngủ	睡覺	32. trang điểm	化妝
13. tham quan	參觀	33. cắm hoa (南 cắm bông)	插花
14. mặc quần áo (南 mặc đồ)	穿衣服	34. leo núi	爬山
15. bơi lội	游泳	35. rửa mặt	洗臉
16. lướt sóng	衝浪	36. đánh máy vi tính	打電腦
17. chèo thuyền	划船	37. quét nhà	打掃
18. ca hát	唱歌	38. nấu cơm	煮飯
19. nhảy múa	跳舞	39. nhảy dây	跳繩
20. câu cá	釣魚	40. đá bóng (南 đá banh)	踢足球

二 形容詞 (Tính từ) 🎧 B05-14 / N05-14

1. nhiệt tình	熱情	21. hạnh phúc
2. gần gũi	親切	22. thất vọng
3. nhỏ	小	23. buồn bã
4. im lặng	安靜	24. mệt mỏi
5. đa dạng	多樣	25. lạnh
6. đáng yêu	可愛	26. ấm áp
7. dịu dàng	溫柔、輕柔	27. cay
8. kiên trì	堅持	28. mặn
9. cao	高	29. trẻ
10. thấp	矮	30. già nua
11. béo (南 mập)	胖	31. khỏe mạnh
12. gầy (南 ốm)	瘦	32. đậm đà
13. nhẹ	輕	33. nhạt
14. ghét	討厭	34. ngon
15. thanh thoát	秀氣	35. ngu dốt
16. xinh đẹp	漂亮	36. thông minh
17. xấu xí	醜	37. nhanh
18. kiên cường	堅強	38. chậm
19. đẹp trai	帥	39. trang nhã
20. vui vẻ	開心	40. gọn gàng

幸福	
失望	
難過	
疲累	
冷	
溫暖	
辣	
鹹	
年輕	
老邁	
健康	
濃厚	
淡	
好吃	
愚笨	
聰明	
快	
慢	
典雅	
整齊	

越南那麼大，各地都有不同的音系，接下來在你的學習之路上也許會碰到許多你需要，但卻沒把握唸出的音。為了配合每個人不同的需求，故本發音辭典裡盡可能地收錄了大量越南語中具有字義的字、疊聲字、方言，甚至是古音的罕用發音。當你有不知道該怎麼唸的音時，可在此找查，並配合mp3光碟聆聽學習。

A, a

a BZ0001 NZ0001
a
á
à
ả
ã
ạ

ai BZ0002 NZ0002
ai
ái
ài
ải
ãi
ại

ao BZ0003 NZ0003
ao
áo
ào
ảo
ão
ạo

au BZ0004 NZ0004
au
áu
àu
ảu
ãu
ạu

ay BZ0005 NZ0005
ay
áy
ày
ảy
ãy
ạy

ac BZ0006 NZ0006
ác
ạc

am BZ0007 NZ0007
am
ám
àm
ảm
ãm
ạm

an BZ0008 NZ0008
an
án
àn
ản
ãn
ạn

ap BZ0009 NZ0009
áp
ạp

at BZ0010 NZ0010
át
ạt

ach BZ0011 NZ0011
ách
ạch

ang BZ0012 NZ0012
ang
áng
àng
ảng
ãng
ạng

anh BZ0013 NZ0013
anh
ánh
ành
ảnh
ãnh
ạnh

Ă, ă

ăc BZ0014 NZ0014
ắc
ặc

ăm BZ0015 NZ0015
ăm
ắm
ằm
ẳm
ẫm
ặm

ăn BZ0016 NZ0016
ăn
ắn
ằn
ẳn
ẫn
ặn

ăp BZ0017 NZ0017
ắp
ặp

ăt BZ0018 NZ0018
ắt
ặt

ăng BZ0019 NZ0019
ăng
ắng
ằng
ẳng
ẫng
ặng

Â, â

âu BZ0020 NZ0020
âu
ấu
ầu
ẩu
ẫu
ậu

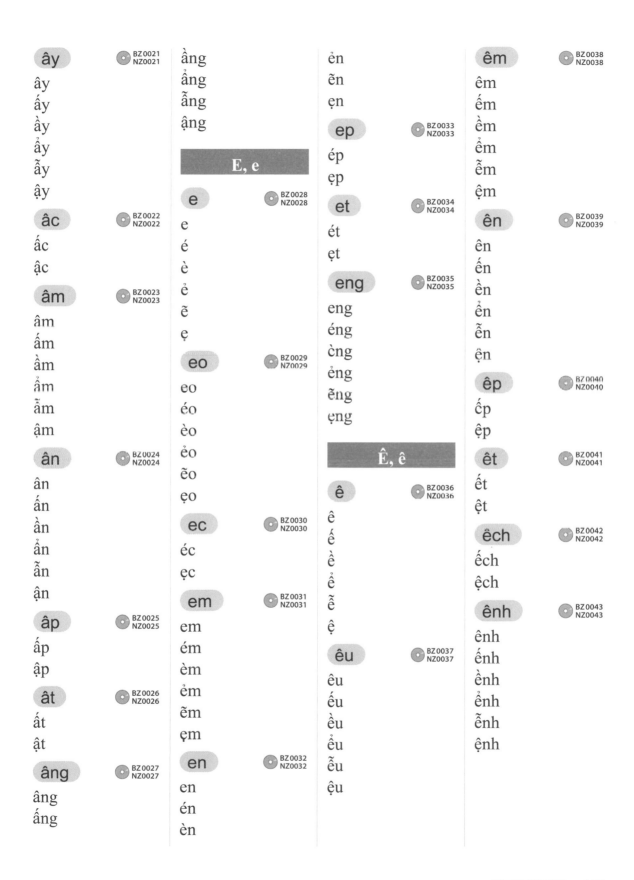

ây
BZ0021 NZ0021

ây
ấy
ầy
ẩy
ẫy
ậy

âc
BZ0022 NZ0022

ấc
ậc

âm
BZ0023 NZ0023

âm
ấm
ầm
ẩm
ẫm
ậm

ân
BZ0024 NZ0024

ân
ấn
ần
ẩn
ẫn
ận

âp
BZ0025 NZ0025

ấp
ập

ât
BZ0026 NZ0026

ất
ật

âng
BZ0027 NZ0027

âng
ấng

ầng
ẳng
ẫng
ậng

E, e

e
BZ0028 NZ0028

e
é
è
ẻ
ẽ
ẹ

eo
BZ0029 NZ0029

eo
éo
èo
ẻo
ẽo
ẹo

ec
BZ0030 NZ0030

éc
ẹc

em
BZ0031 NZ0031

em
ém
èm
ẻm
ẽm
ẹm

en
BZ0032 NZ0032

en
én
èn

ẻn
ẽn
ẹn

ep
BZ0033 NZ0033

ép
ẹp

et
BZ0034 NZ0034

ét
ẹt

eng
BZ0035 NZ0035

eng
éng
èng
ẻng
ẽng
ẹng

Ê, ê

ê
BZ0036 NZ0036

ê
ế
ề
ể
ễ
ệ

êu
BZ0037 NZ0037

êu
ếu
ều
ểu
ễu
ệu

êm
BZ0038 NZ0038

êm
ếm
ềm
ểm
ễm
ệm

ên
BZ0039 NZ0039

ên
ến
ền
ển
ễn
ện

êp
BZ0040 NZ0040

ếp
ệp

êt
BZ0041 NZ0041

ết
ệt

êch
BZ0042 NZ0042

ếch
ệch

ênh
BZ0043 NZ0043

ênh
ếnh
ềnh
ểnh
ễnh
ệnh

I, i

i — BZ 0044 / NZ 0044

i
í
ì
ỉ
ĩ
ị

ia — BZ 0045 / NZ 0045

ia
ía
ìa
ỉa
ĩa
ịa

iu — BZ 0046 / NZ 0046

iu
íu
ìu
ỉu
ĩu
ịu

iêu — BZ 0047 / NZ 0047

iêu
iếu
iều
iểu
iễu
iệu

im — BZ 0048 / NZ 0048

im
ím
ìm
ỉm
ĩm
ịm

in — BZ 0049 / NZ 0049

in
ín
ìn
ỉn
ĩn
ịn

ip — BZ 0050 / NZ 0050

íp
ịp

it — BZ 0051 / NZ 0051

ít
ịt

ich — BZ 0052 / NZ 0052

ích
ịch

inh — BZ 0053 / NZ 0053

inh
ính
ình
ỉnh
ĩnh
ịnh

iêm — BZ 0054 / NZ 0054

iêm
iếm
iềm
iểm
iễm
iệm

iên — BZ 0055 / NZ 0055

iên
iến
iền
iển
iễn
iện

iêng — BZ 0056 / NZ 0056

iêng
iếng
iềng
iểng
iễng
iệng

iêt — BZ 0057 / NZ 0057

iết
iệt

O, o

o — BZ 0058 / NZ 0058

o
ó
ò
ỏ
õ
ọ

oa — BZ 0059 / NZ 0059

oa
óa
òa
ỏa
õa
ọa

oe — BZ 0060 / NZ 0060

oe
óe
òe
ỏe
õe
ọe

oi — BZ 0061 / NZ 0061

oi
ói
òi
ỏi
õi
ọi

oai — BZ 0062 / NZ 0062

oai
oái
oài
oải
oãi
oại

oay — BZ 0063 / NZ 0063

oay
oáy
oày
oảy
oãy
oạy

oeo — BZ 0064 / NZ 0064

oeo
oéo
oèo
oẻo
oẽo

oẹo

oc [BZ0065 / NZ0065]

óc
ọc

om [BZ0066 / NZ0066]

om
óm
òm
ỏm
õm
ọm

on [BZ0067 / NZ0067]

on
ón
òn
ỏn
õn
ọn

op [BZ0068 / NZ0068]

óp
ọp

ot [BZ0069 / NZ0069]

ót
ọt

ong [BZ0070 / NZ0070]

ong
óng
òng
ỏng
õng
ọng

oac [BZ0071 / NZ0071]

oác

oạc

oam [BZ0072 / NZ0072]

oam
oám
oàm
oảm
oãm
oạm

oan [BZ0073 / NZ0073]

oan
oán
oàn
oản
oãn
oạn

oat [BZ0074 / NZ0074]

oát
oạt

oach [BZ0075 / NZ0075]

oách
oạch

oang [BZ0076 / NZ0076]

oang
oáng
oàng
oảng
oãng
oạng

oanh [BZ0077 / NZ0077]

oanh
oánh
oành
oảnh
oãnh

oạnh

Ô, ô

ô [BZ0078 / NZ0078]

ô
ố
ồ
ổ
ỗ
ộ

ôi [BZ0079 / NZ0079]

ôi
ối
ồi
ổi
ỗi
ội

ôc [BZ0080 / NZ0080]

ốc
ộc

ôm [BZ0081 / NZ0081]

ôm
ốm
ồm
ổm
ỗm
ộm

ôn [BZ0082 / NZ0082]

ôn
ốn
ồn
ổn
ỗn
ộn

ôp [BZ0083 / NZ0083]

ốp
ộp

ôt [BZ0084 / NZ0084]

ốt
ột

ông [BZ0085 / NZ0085]

ông
ống
ồng
ổng
ỗng
ộng

Ơ, ơ

ơ [BZ0086 / NZ0086]

ơ
ớ
ờ
ở
ỡ
ợ

ơi [BZ0087 / NZ0087]

ơi
ới
ời
ởi
ỡi
ợi

ơm [BZ0088 / NZ0088]

ơm
ớm
ờm
ởm

õm
ợm

ơn ● BZ0089 NZ0089
ơn
ớn
ờn
ởn
ỡn
ợn

ớp ● BZ0090 NZ0090
ớp
ợp

ơt ● BZ0091 NZ0091
ớt
ợt

U, u

u ● BZ0092 NZ0092
u
ú
ù
ủ
ũ
ụ

ua ● BZ0093 NZ0093
ua
úa
ùa
ủa
ũa
ụa

uê ● BZ0094 NZ0094
uê

uế
uề
uể
uễ
uệ

ui ● BZ0095 NZ0095
ui
úi
ùi
ủi
ũi
ụi

uy ● BZ0096 NZ0096
uy
úy
ùy
ủy
ũy
ụy

uây ● BZ0097 NZ0097
uây
uấy
uầy
uẩy
uẫy
uậy

uôi ● BZ0098 NZ0098
uôi
uối
uồi
uổi
uỗi
uội

uya ● BZ0099 NZ0099
uya
uýa
uỳa
uỷa
uỹa
uỵa

uc ● BZ0100 NZ0100
úc
ục

um ● BZ0101 NZ0101
um
úm
ùm
ủm
ũm
ụm

un ● BZ0102 NZ0102
un
ún
ùn
ủn
ũn
ụn

up ● BZ0103 NZ0103
úp
ụp

ut ● BZ0104 NZ0104
út
ụt

ung ● BZ0105 NZ0105
ung
úng

ùng
ủng
ũng
ụng

uôc ● BZ0106 NZ0106
uốc
uộc

uôm ● BZ0107 NZ0107
uôm
uốm
uồm
uổm
uỗm
uộm

uôn ● BZ0108 NZ0108
uôn
uốn
uồn
uổn
uỗn
uộn

uôt ● BZ0109 NZ0109
uốt
uột

uông ● BZ0110 NZ0110
uông
uống
uồng
uổng
uỗng
uộng

uyên ● BZ0111 NZ0111
uyên
uyến

uyền
uyển
uyễn
uyện

uyêt BZ0112 NZ0112

uyết
uyệt

Ư, ư

ư BZ0113 NZ0113

ư
ứ
ừ
ử
ữ
ự

ưa BZ0114 NZ0114

ưa
ứa
ừa
ửa
ữa
ựa

ưi BZ0115 NZ0115

ưi
ứi
ừi
ửi
ữi
ựi

ưu BZ0116 NZ0116

ưu
ứu
ừu

ửu
ữu
ựu

ươi BZ0117 NZ0117

ươi
ưới
ười
ưởi
ưỡi
ượi

ươu BZ0118 NZ0118

ươu
ướu
ườu
ưởu
ưỡu
ượu

ức BZ0119 NZ0119

ức
ực

ưm BZ0120 NZ0120

ưm
ứm
ừm
ửm
ữm
ựm

ưn BZ0121 NZ0121

ưn
ứn
ừn
ửn
ữn
ựn

ưt BZ0122 NZ0122

ứt
ựt

ưng BZ0123 NZ0123

ưng
ứng
ừng
ửng
ững
ựng

ước BZ0124 NZ0124

ước
ược

ươm BZ0125 NZ0125

ươm
ướm
ườm
ưởm
ưỡm
ượm

ươn BZ0126 NZ0126

ươn
ướn
ườn
ưởn
ưỡn
ượn

ươp BZ0127 NZ0127

ướp
ượp

ươt BZ0128 NZ0128

ướt
ượt

ương BZ0129 NZ0129

ương
ướng
ường
ưởng
ưỡng
ượng

Y, y

y BZ0130 NZ0130

y
ý
ỳ
ỷ
ỹ
ỵ

yêu BZ0131 NZ0131

yêu
yếu
yều
yểu
yễu
yệu

yêm BZ0132 NZ0132

yêm
yếm
yềm
yểm
yễm
yệm

yên BZ0133 NZ0133

yên
yến
yền

yển
yễn
yện

yêt ● BZ0134 NZ0134
yết
yệt

B, b

ba ● BZ0135 NZ0135
ba
bá
bà
bả
bã
bạ

bai ● BZ0136 NZ0136
bái
bài
bải
bãi
bại

bao ● BZ0137 NZ0137
bao
báo
bào
bảo
bão
bạo

bau ● BZ0138 NZ0138
báu
bàu
bảu
bạu

bay ● BZ0139 NZ0139
bay
bày
bảy
bãy

bac ● BZ0140 NZ0140
bác
bạc

bam ● BZ0141 NZ0141
bám

ban ● BZ0142 NZ0142
ban
bán
bàn
bản
bạn

bat ● BZ0143 NZ0143
bát
bạt

bach ● BZ0144 NZ0144
bách
bạch

bang ● BZ0145 NZ0145
bang
báng
bàng
bảng
bãng

banh ● BZ0146 NZ0146
banh
bánh
bành
bảnh

bạnh

băc ● BZ0147 NZ0147
bắc

băm ● BZ0148 NZ0148
băm
bằm
bẵm
bặm

băn ● BZ0149 NZ0149
băn
bắn
bẳn
bẵn

băp ● BZ0150 NZ0150
bắp

băt ● BZ0151 NZ0151
bắt
bặt

băng ● BZ0152 NZ0152
băng
bằng
bẵng

bâu ● BZ0153 NZ0153
bâu
bấu
bầu
bẩu
bậu

bây ● BZ0154 NZ0154
bây
bấy
bầy
bẩy

bẫy
bậy

bâc ● BZ0155 NZ0155
bấc
bậc

bâm ● BZ0156 NZ0156
bấm
bầm
bẩm

bân ● BZ0157 NZ0157
bân
bấn
bần
bẩn
bận

bâp ● BZ0158 NZ0158
bấp
bập

bât ● BZ0159 NZ0159
bất
bật

bâng ● BZ0160 NZ0160
bâng

be ● BZ0161 NZ0161
be
bé
bè
bẻ
bẽ
bẹ

beo ● BZ0162 NZ0162
beo
béo

bèo
bẻo
bẹo

bec BZ0163 NZ0163

béc

bem BZ0164 NZ0164

bèm
bẽm

ben BZ0165 NZ0165

ben
bén
bèn
bẽn
bẹn

bep BZ0166 NZ0166

bép
bẹp

bet BZ0167 NZ0167

bét
bẹt

beng BZ0168 NZ0168

beng
bèng

bê BZ0169 NZ0169

bê
bế
bề
bể
bễ
bệ

bêu BZ0170 NZ0170

bêu
bệu

bên BZ0171 NZ0171

bên
bến
bền
bển
bện

bêp BZ0172 NZ0172

bếp

bêt BZ0173 NZ0173

bết
bệt

bêch BZ0174 NZ0174

bếch
bệch

bênh BZ0175 NZ0175

bênh
bệnh

bi BZ0176 NZ0176

bi
bí
bì
bỉ
bị

bia BZ0177 NZ0177

bia
bía
bìa
bịa

biu BZ0178 NZ0178

bìu
bỉu
bĩu

biêu BZ0179 NZ0179

biếu
biểu

bim BZ0180 NZ0180

bim
bím
bìm
bỉm

bin BZ0181 NZ0181

bin
bìn
bịn

bip BZ0182 NZ0182

bíp
bịp

bit BZ0183 NZ0183

bít
bịt

bich BZ0184 NZ0184

bích
bịch

binh BZ0185 NZ0185

binh
bính
bình
bỉnh
bĩnh
bịnh

biêm BZ0186 NZ0186

biếm

biên BZ0187 NZ0187

biên

biến
biền
biển
biện

biêng BZ0188 NZ0188

biêng
biếng
biểng

biêt BZ0189 NZ0189

biết
biệt

bo BZ0190 NZ0190

bo
bó
bò
bỏ
bõ
bọ

boi BZ0191 NZ0191

bói
bòi

boc BZ0192 NZ0192

bóc
bọc

bom BZ0193 NZ0193

bom
bỏm
bõm

bon BZ0194 NZ0194

bon
bón
bòn
bọn

bop BZ0195 NZ0195
bóp
bọp

bot BZ0196 NZ0196
bọt

bong BZ0197 NZ0197
bong
bóng
bòng
bỏng
bõng
bọng

bô BZ0198 NZ0198
bô
bố
bồ
bổ
bỗ
bộ

bôi BZ0199 NZ0199
bôi
bối
bồi
bội

bôc BZ0200 NZ0200
bốc
bộc

bôm BZ0201 NZ0201
bồm
bổm

bôn BZ0202 NZ0202
bôn
bốn

bồn
bổn
bộn

bôp BZ0203 NZ0203
bốp
bộp

bôt BZ0204 NZ0204
bốt
bột

bông BZ0205 NZ0205
bông
bống
bồng
bổng
bỗng
bộng

bơ BZ0206 NZ0206
bơ
bớ
bờ
bở
bỡ
bợ

bơi BZ0207 NZ0207
bơi
bới
bời
bởi

bơm BZ0208 NZ0208
bơm
bờm
bợm

bơn BZ0209 NZ0209
bơn
bõn

bơp BZ0210 NZ0210
bớp
bợp

bơt BZ0211 NZ0211
bớt
bợt

bu BZ0212 NZ0212
bu
bú
bù
bủ
bụ

bua BZ0213 NZ0213
bua
bùa
búa
bủa
bũa
bụa

bui BZ0214 NZ0214
bùi
búi
bụi

buôi BZ0215 NZ0215
buồi
buổi

buc BZ0216 NZ0216
bục

bum BZ0217 NZ0217
bum
bùm
bủm
bũm
bụm

bun BZ0218 NZ0218
bun
bún
bùn
bủn

bup BZ0219 NZ0219
búp
bụp

but BZ0220 NZ0220
bút
bụt

bung BZ0221 NZ0221
bung
búng
bùng
bủng
bụng

buôc BZ0222 NZ0222
buộc

buôm BZ0223 NZ0223
buồm

buôn BZ0224 NZ0224
buôn
buồn

buông BZ0225 NZ0225
buông

buồng

buôt BZ0226 NZ0226

buốt

bư BZ0227 NZ0227

bư
bứ
bừ
bự

bưa BZ0228 NZ0228

bừa
bữa
bựa

bưu BZ0229 NZ0229

bưu

bươi BZ0230 NZ0230

bươi
bưởi

bươu BZ0231 NZ0231

bươu
bướu

bức BZ0232 NZ0232

bức
bực

bưn BZ0233 NZ0233

bửn

bưt BZ0234 NZ0234

bứt

bưng BZ0235 NZ0235

bưng
bứng
bừng
bửng

bước BZ0236 NZ0236

bước

bươm BZ0237 NZ0237

bươm
bướm

bươn BZ0238 NZ0238

bươn

bương BZ0239 NZ0239

bương
bướng
bường
bưởng

C, c

ca BZ0240 NZ0240

ca
cá
cà
cả
cạ

cai BZ0241 NZ0241

cai
cái
cài
cải
cãi

cao BZ0242 NZ0242

cao
cáo
cào
cảo
cạo

cau BZ0243 NZ0243

cau
cáu
càu
cảu
cạu

cay BZ0244 NZ0244

cay
cáy
cày
cạy

cac BZ0245 NZ0245

các
cạc

cam BZ0246 NZ0246

cam
cám
cảm
cạm

can BZ0247 NZ0247

can
cán
càn
cản
cạn

cap BZ0248 NZ0248

cáp
cạp

cat BZ0249 NZ0249

cát
cạt

cach BZ0250 NZ0250

cách

cạch

cang BZ0251 NZ0251

cang
cáng
càng
cảng

canh BZ0252 NZ0252

canh
cánh
cành
cảnh
cạnh

cắc BZ0253 NZ0253

cắc
cặc

căm BZ0254 NZ0254

căm
cắm
cằm
cẵm
cặm

căn BZ0255 NZ0255

căn
cắn
cằn
cẳn
cặn

cặp BZ0256 NZ0256

cắp
cặp

cắt BZ0257 NZ0257

cắt
cặt

căng BZ0258 / NZ0258
căng
cắng
cẳng
cặng

câu BZ0259 / NZ0259
câu
cấu
cầu
cẩu
cậu

cây BZ0260 / NZ0260
cây
cấy
cầy
cậy

các BZ0261 / NZ0261
các

câm BZ0262 / NZ0262
câm
cấm
cầm
cẩm
cậm

cân BZ0263 / NZ0263
cân
cấn
cần
cẩn
cẫn
cận

cấp BZ0264 / NZ0264
cấp
cập

cât BZ0265 / NZ0265
cất
cật

câng BZ0266 / NZ0266
câng
cấng
cẩng
cẫng
cậng

co BZ0267 / NZ0267
co
có
cò
cỏ
cọ

coi BZ0268 / NZ0268
coi
cói
còi
cỏi
cõi
cọi

coc BZ0269 / NZ0269
cóc
cọc

com BZ0270 / NZ0270
com
còm
cỏm
cọm

con BZ0271 / NZ0271
con
cón
còn
cỏn

cop BZ0272 / NZ0272
cóp
cọp

cot BZ0273 / NZ0273
cót
cọt

cong BZ0274 / NZ0274
cong
cóng
còng
cõng
cọng

cô BZ0275 / NZ0275
cô
cố
cồ
cổ
cỗ
cộ

côi BZ0276 / NZ0276
côi
cối
cỗi
cội

côc BZ0277 / NZ0277
cốc
cộc

côm BZ0278 / NZ0278
côm
cốm

côn BZ0279 / NZ0279
côn
cốn
cồn
cổn

côp BZ0280 / NZ0280
cốp
cộp

côt BZ0281 / NZ0281
cốt
cột

công BZ0282 / NZ0282
công
cống
cồng
cổng
cộng

cơ BZ0283 / NZ0283
cơ
cớ
cở
cỡ

cơi BZ0284 / NZ0284
cơi
cởi

cơm BZ0285 / NZ0285
cơm
cớm
cỡm
cợm

cơn BZ0286 NZ0286

cơn
cớn
còn
cởn
cỡn
cợn

cợt BZ0287 NZ0287

cợt

cu BZ0288 NZ0288

cu
cú
cù
củ
cũ
cụ

cua BZ0289 NZ0289

cua
của

cui BZ0290 NZ0290

cúi
cùi
củi
cũi
cụi

cuôi BZ0291 NZ0291

cuối
cuội

cuc BZ0292 NZ0292

cúc
cục

cum BZ0293 NZ0293

cúm
củm
cụm

cun BZ0294 NZ0294

cún
cùn
củn
cũn

cup BZ0295 NZ0295

cúp
cụp

cut BZ0296 NZ0296

cút
cụt

cung BZ0297 NZ0297

cung
cúng
cùng
củng
cũng
cụng

cuôc BZ0298 NZ0298

cuốc
cuộc

cuôm BZ0299 NZ0299

cuỗm

cuông BZ0300 NZ0300

cuồng
cuống
cuỗng
cuộng

cư BZ0301 NZ0301

cư
cứ

cừ
cử
cữ
cự

cưa BZ0302 NZ0302

cưa
cứa
cửa
cựa

cưu BZ0303 NZ0303

cưu
cứu
cừu
cửu
cữu
cựu

cươi BZ0304 NZ0304

cưới
cười
cưỡi

cưc BZ0305 NZ0305

cức
cực

cưt BZ0306 NZ0306

cứt

cưng BZ0307 NZ0307

cưng
cứng

cươc BZ0308 NZ0308

cước
cược

cươm BZ0309 NZ0309

cườm

cươp BZ0310 NZ0310

cướp

cương BZ0311 NZ0311

cương
cướng
cường
cưỡng

CH, ch

cha BZ0312 NZ0312

cha
chá
chà
chả
chã
chạ

chai BZ0313 NZ0313

chai
chái
chài
chải
chãi

chao BZ0314 NZ0314

chao
cháo
chào
chảo
chạo

chau BZ0315 NZ0315

chau
cháu

chay BZ0316 NZ0316

chay

cháy

chày

chảy

chạy

chac BZ0317 NZ0317

chác

chạc

cham BZ0318 NZ0318

cham

chám

chàm

chạm

chan BZ0319 NZ0319

chan

chán

chàn

chạn

chap BZ0320 NZ0320

cháp

chạp

chat BZ0321 NZ0321

chát

chạt

chach BZ0322 NZ0322

chạch

chang BZ0323 NZ0323

chang

chàng

chảng

chãng

chạng

chanh BZ0324 NZ0324

chanh

chánh

chành

chảnh

chạnh

chăc BZ0325 NZ0325

chắc

chăm BZ0326 NZ0326

chăm

chắm

chằm

chăn BZ0327 NZ0327

chăn

chắn

chằn

chẵn

chặn

chăp BZ0328 NZ0328

chắp

chăt BZ0329 NZ0329

chắt

chặt

chăng BZ0330 NZ0330

chăng

chằng

chẳng

chặng

châu BZ0331 NZ0331

châu

chấu

chầu

chậu

chây BZ0332 NZ0332

chây

chầy

châc BZ0333 NZ0333

chậc

châm BZ0334 NZ0334

châm

chấm

chậm

chân BZ0335 NZ0335

chân

chấn

chẩn

châp BZ0336 NZ0336

chấp

chập

chât BZ0337 NZ0337

chất

chật

che BZ0338 NZ0338

che

chè

chẻ

cheo BZ0339 NZ0339

chéo

chèo

chec BZ0340 NZ0340

chéc

chẹc

chem BZ0341 NZ0341

chém

chen BZ0342 NZ0342

chen

chén

chèn

chễn

chẹn

chep BZ0343 NZ0343

chép

chẹp

chê BZ0344 NZ0344

chê

chế

chêu BZ0345 NZ0345

chêu

chêm BZ0346 NZ0346

chêm

chêt BZ0347 NZ0347

chết

chêch BZ0348 NZ0348

chếch

chệch

chênh BZ0349 NZ0349

chênh

chi BZ0350 NZ0350

chi

chí

chì

chỉ

chị

chia BZ0351 NZ0351

chia

chìa

chĩa

chiu BZ0352 NZ0352

chíu

174

chịu

chiêu   BZ0353 NZ0353

chiêu
chiếu
chiều
chiểu
chiễu

chim   BZ0354 NZ0354

chim
chím
chìm

chin   BZ0355 NZ0355

chín
chỉn
chịn

chip   BZ0356 NZ0356

chíp

chit   BZ0357 NZ0357

chít
chịt

chich   BZ0358 NZ0358

chích
chịch

chinh   BZ0359 NZ0359

chinh
chính
chình
chỉnh
chĩnh

chiêm   BZ0360 NZ0360

chiêm
chiếm

chiên   BZ0361 NZ0361

chiên
chiến
chiền

chiêt   BZ0362 NZ0362

chiết

chiêng   BZ0363 NZ0363

chiêng

cho   BZ0364 NZ0364

cho
chó
chỏ
chõ

choc   BZ0365 NZ0365

chóc
chọc

chom   BZ0366 NZ0366

chòm
chỏm
chõm

chon   BZ0367 NZ0367

chọn

chop   BZ0368 NZ0368

chóp
chọp

chot   BZ0369 NZ0369

chót
chọt

chong   BZ0370 NZ0370

chong
chóng
chòng

chỏng
chõng

choang   BZ0371 NZ0371

choang
choáng
choàng
choảng
choạng

chô   BZ0372 NZ0372

chỗ
chộ

choi   BZ0373 NZ0373

chói
chòi

chôc   BZ0374 NZ0374

chốc

chôm   BZ0375 NZ0375

chồm
chồm
chổm

chôn   BZ0376 NZ0376

chôn
chốn
chồn

chôp   BZ0377 NZ0377

chốp
chộp

chôt   BZ0378 NZ0378

chốt
chột

chông   BZ0379 NZ0379

chông

chống
chồng
chổng

chơ   BZ0380 NZ0380

chớ
chờ
chở
chợ

chơi   BZ0381 NZ0381

chơi
chới

chơm   BZ0382 NZ0382

chơm
chớm
chờm
chởm

chơp   BZ0383 NZ0383

chớp
chợp

chơt   BZ0384 NZ0384

chớt
chợt

chu   BZ0385 NZ0385

chu
chú
chủ

chua   BZ0386 NZ0386

chua
chúa
chùa

chui   BZ0387 NZ0387

chui
chúi

chùi
chũi
chụi

chuôi BZ 0388 NZ 0388
chuôi
chuối
chuỗi

chuc BZ 0389 NZ 0389
chúc
chục

chum BZ 0390 NZ 0390
chum
chúm
chùm
chụm

chun BZ 0391 NZ 0391
chun
chùn
chủn
chũn

chup BZ 0392 NZ 0392
chúp
chụp

chut BZ 0393 NZ 0393
chút
chụt

chung BZ 0394 NZ 0394
chung
chúng
chùng
chủng

chuôc BZ 0395 NZ 0395
chuốc

chuộc

chuôn BZ 0396 NZ 0396
chuồn

chuôt BZ 0397 NZ 0397
chuốt
chuột

chuông BZ 0398 NZ 0398
chuông
chuồng
chuộng

chư BZ 0399 NZ 0399
chư
chứ
chừ
chữ

chưa BZ 0400 NZ 0400
chưa
chứa
chừa
chửa
chữa

chưc BZ 0401 NZ 0401
chức
chực

chưng BZ 0402 NZ 0402
chưng
chứng
chừng
chửng
chững
chựng

chươm BZ 0403 NZ 0403
chườm

chương BZ 0404 NZ 0404
chương
chướng
chường

D, d

da BZ 0405 NZ 0405
da
dá
dà
dả
dã
dạ

dai BZ 0406 NZ 0406
dai
dái
dài
dải
dãi
dại

dao BZ 0407 NZ 0407
dao
dáo
dào
dạo

day BZ 0408 NZ 0408
dày
dãy
dạy

dam BZ 0409 NZ 0409
dam
dám
dạm

dan BZ 0410 NZ 0410
dán
dàn
dạn

dat BZ 0411 NZ 0411
dát
dạt

dang BZ 0412 NZ 0412
dang
dáng
dàng
dạng

danh BZ 0413 NZ 0413
danh
dành
dảnh

dăc BZ 0414 NZ 0414
dắc

dăm BZ 0415 NZ 0415
dăm
dắm
dằm
dẫm
dặm

dăn BZ 0416 NZ 0416
dăn
dằn
dặn

dăt BZ 0417 NZ 0417
dắt
dặt

176

dăng BZ0418 NZ0418

dăng
dằng
dẳng
dặng

dâu BZ0419 NZ0419

dâu
dấu
dầu
dẫu
dậu

dây BZ0420 NZ0420

dây
dấy
dầy
dẩy
dẫy
dậy

dâm BZ0421 NZ0421

dâm
dấm
dầm
dẫm
dậm

dân BZ0422 NZ0422

dân
dấn
dần
dẫn

dâp BZ0423 NZ0423

dấp
dập

dât BZ0424 NZ0424

dật

dâng BZ0425 NZ0425

dâng

de BZ0426 NZ0426

dè
dẻ

dep BZ0427 NZ0427

dép
dẹp

dê BZ0428 NZ0428

dê
dế
dề
dể
dễ

dêm BZ0429 NZ0429

dểm

dên BZ0430 NZ0430

dền

dêt BZ0431 NZ0431

dệt

dênh BZ0432 NZ0432

dênh

di BZ0433 NZ0433

di
dí
dì
dỉ
dĩ
dị

dia BZ0434 NZ0434

dĩa

diu BZ0435 NZ0435

diu
díu
dìu
dịu

diêu BZ0436 NZ0436

diêu
diều
diểu
diệu

dim BZ0437 NZ0437

dim
dìm

dip BZ0438 NZ0438

díp
dịp

dich BZ0439 NZ0439

dích
dịch

dinh BZ0440 NZ0440

dinh
dính
dình
dỉnh
dĩnh
dịnh

diêm BZ0441 NZ0441

diêm
diếm
diềm
diễm

diệm

diên BZ0442 NZ0442

diên
diễn
diện

diêt BZ0443 NZ0443

diệt

do BZ0444 NZ0444

do
dò
dỏ
dọ

doa BZ0445 NZ0445

dọa

doi BZ0446 NZ0446

doi
dòi
dõi
dọi

doc BZ0447 NZ0447

dóc
dọc

dom BZ0448 NZ0448

dom
dòm
dỏm

don BZ0449 NZ0449

dọn

dong BZ0450 NZ0450

dong
dòng
dỏng

doan BZ0451 NZ0451
doãn

doanh BZ0452 NZ0452
doanh

dô BZ0453 NZ0453
dô
dồ
dổ
dỗ

dôi BZ0454 NZ0454
dối
dồi
dỗi
dội

dôc BZ0455 NZ0455
dốc
dộc

dôn BZ0456 NZ0456
dồn

dôp BZ0457 NZ0457
dốp
dộp

dôt BZ0458 NZ0458
dốt
dột

dông BZ0459 NZ0459
dông

dơ BZ0460 NZ0460
dơ
dờ
dở
dỡ

dơi BZ0461 NZ0461
dơi
dời

dơm BZ0462 NZ0462
dởm
dợm

du BZ0463 NZ0463
du
dù
dụ

dua BZ0464 NZ0464
dua
dúa
dụa

duê BZ0465 NZ0465
duê
duế
duề
duể
duệ

dui BZ0466 NZ0466
dui
dúi
dùi
dủi
dũi
dụi

duy BZ0467 NZ0467
duy

duôi BZ0468 NZ0468
duôi
duối
duỗi

duc BZ0469 NZ0469
dục

dum BZ0470 NZ0470
dúm
dùm
dụm

dung BZ0471 NZ0471
dung
dùng
dũng
dụng

duôc BZ0472 NZ0472
duốc
duộc

dư BZ0473 NZ0473
dư
dứ
dữ
dự

dưa BZ0474 NZ0474
dưa
dứa
dừa
dựa

dươi BZ0475 NZ0475
dưới

dưt BZ0476 NZ0476
dứt

dưng BZ0477 NZ0477
dưng
dừng
dửng
dựng

dược BZ0478 NZ0478
dược

dươm BZ0479 NZ0479
dườm

dươt BZ0480 NZ0480
dượt

dương BZ0481 NZ0481
dương
dường
dưỡng
dượng

Đ, đ

đa BZ0482 NZ0482
đa
đá
đà
đả
đã

đai BZ0483 NZ0483
đai
đái
đài
đãi
đại

đao BZ0484 NZ0484
đao
đáo
đào
đảo
đạo

đau · BZ0485 / NZ0485

đau
đáu

đay · BZ0486 / NZ0486

đay
đáy
đày
đảy

đac · BZ0487 / NZ0487

đác
đạc

đam · BZ0488 / NZ0488

đam
dám
đàm
đảm
đạm

đap · BZ0489 / NZ0489

đáp
đạp

đat · BZ0490 / NZ0490

đát
đạt

đach · BZ0491 / NZ0491

đách
đạch

đang · BZ0492 / NZ0492

đang
đáng
đàng
đảng
đãng

đanh · BZ0493 / NZ0493

đanh
đánh
đành
đảnh

đăc · BZ0494 / NZ0494

đắc
đặc

đăm · BZ0495 / NZ0495

đăm
đắm
đằm
đẵm
đặm

đăn · BZ0496 / NZ0496

đắn

đăp · BZ0497 / NZ0497

đắp
đặp

đăt · BZ0498 / NZ0498

đắt
đặt

đăng · BZ0499 / NZ0499

đăng
đắng
đằng
đẳng
đẵng
đặng

đâu · BZ0500 / NZ0500

đâu
đấu
đầu
đẩu
đậu

đây · BZ0501 / NZ0501

đây
đấy
đầy
đẩy
đẫy
đậy

đâm · BZ0502 / NZ0502

đâm
đấm
đàm
đẫm
đậm

đân · BZ0503 / NZ0503

đần
đẫn
đận

đâp · BZ0504 / NZ0504

đấp
đập

đât · BZ0505 / NZ0505

đất
đật

đâng · BZ0506 / NZ0506

đấng

đe · BZ0507 / NZ0507

đe
đè
đẻ
đẽ

đeo · BZ0508 / NZ0508

đeo
đéo
đèo
đẽo
đẹo

đec · BZ0509 / NZ0509

đéc

đem · BZ0510 / NZ0510

đem

đen · BZ0511 / NZ0511

đen
đèn

đep · BZ0512 / NZ0512

đẹp

đet · BZ0513 / NZ0513

đét
đẹt

đê · BZ0514 / NZ0514

đê
đế
đề
để
đệ

đêu · BZ0515 / NZ0515

đều
đểu

đêm · BZ0516 / NZ0516

đêm
đếm
đềm
đệm

đên BZ0517 NZ0517
đên
đến
đền

đếch BZ0518 NZ0518
đếch

đênh BZ0519 NZ0519
đênh
đềnh
đểnh
đễnh

đi BZ0520 NZ0520
đi
đĩ

đia BZ0521 NZ0521
đỉa
đĩa
địa

điu BZ0522 NZ0522
điu
địu

điêu BZ0523 NZ0523
điêu
điếu
điều
điểu
điệu

đit BZ0524 NZ0524
đít
địt

đich BZ0525 NZ0525
đích

địch

đinh BZ0526 NZ0526
đinh
đính
đình
đỉnh
đĩnh
định

điêm BZ0527 NZ0527
điếm
điềm
điểm

điên BZ0528 NZ0528
điên
điền
điển
điện

đo BZ0529 NZ0529
đo
đó
đò
đỏ
đọ

đoa BZ0530 NZ0530
đóa
đọa

đoi BZ0531 NZ0531
đói
đòi

đoai BZ0532 NZ0532
đoái
đoài

đoc BZ0533 NZ0533
đọc

đom BZ0534 NZ0534
đom
đóm
đỏm

đon BZ0535 NZ0535
đón
đòn

đot BZ0536 NZ0536
đọt

đong BZ0537 NZ0537
đong
đóng
đỏng
đọng

đoan BZ0538 NZ0538
đoan
đoán
đoàn
đoản
đoạn

đoat BZ0539 NZ0539
đoạt

đoang BZ0540 NZ0540
đoàng
đoảng

đô BZ0541 NZ0541
đô
đố
đồ
đổ

đỗ
độ

đôi BZ0542 NZ0542
đôi
đối
đồi
đổi
đỗi
đội

đôc BZ0543 NZ0543
đốc
độc

đôm BZ0544 NZ0544
đôm
đốm
đồm

đôn BZ0545 NZ0545
đôn
đốn
đồn
độn

đôp BZ0546 NZ0546
đốp
độp

đôt BZ0547 NZ0547
đốt
đột

đông BZ0548 NZ0548
đông
đống
đồng
đổng
động

đơ — BZ0549 / NZ0549

đơ
đớ
đờ
đỗ
đợ

đơi — BZ0550 / NZ0550

đới
đời
đợi

đơm — BZ0551 / NZ0551

đơm
đờm

đơn — BZ0552 / NZ0552

đơn
đớn
đờn
đởn

đớp — BZ0553 / NZ0553

đớp
đợp

đớt — BZ0554 / NZ0554

đớt
đợt

đu — BZ0555 / NZ0555

đu
đú
đù
đủ
đụ

đua — BZ0556 / NZ0556

đua
đùa

đũa

đui — BZ0557 / NZ0557

đùi

đuôi — BZ0558 / NZ0558

đuôi
đuối
đuổi
đuội

đuc — BZ0559 / NZ0559

đúc
đục

đum — BZ0560 / NZ0560

đúm
đùm

đun — BZ0561 / NZ0561

đun
đùn

đup — BZ0562 / NZ0562

đúp
đụp

đut — BZ0563 / NZ0563

đút

đung — BZ0564 / NZ0564

đung
đúng
đùng
đủng
đũng
đụng

đuôc — BZ0565 / NZ0565

đuốc

đuông — BZ0566 / NZ0566

đuông
đuống

đư — BZ0567 / NZ0567

đứ
đừ
đữ

đưa — BZ0568 / NZ0568

đưa
đứa

đưc — BZ0569 / NZ0569

đức
đực

đưt — BZ0570 / NZ0570

đứt

đưng — BZ0571 / NZ0571

đứng
đừng
đựng

được — BZ0572 / NZ0572

được

đươm — BZ0573 / NZ0573

đượm

đương — BZ0574 / NZ0574

đương
đường

G, g

ga — BZ0575 / NZ0575

ga
gá
gà

gả
gã
gạ

gai — BZ0576 / NZ0576

gai
gái
gài
gãi

gao — BZ0577 / NZ0577

gáo
gào
gạo

gau — BZ0578 / NZ0578

gàu

gay — BZ0579 / NZ0579

gay
gáy
gày
gảy
gãy

gac — BZ0580 / NZ0580

gác
gạc

gam — BZ0581 / NZ0581

gam

gan — BZ0582 / NZ0582

gan
gán
gàn
gạn

gap — BZ0583 / NZ0583

gáp

gat BZ0584 NZ0584	**gâu** BZ0593 NZ0593	**goi** BZ0602 NZ0602	gồm	
gạt	gâu	gói	**gôn** BZ0613 NZ0613	
gach BZ0585 NZ0585	gấu	gỏi	gôn	
gạch	gầu	gọi	**gôp** BZ0614 NZ0614	
gang BZ0586 NZ0586	**gây** BZ0594 NZ0594	**goc** BZ0603 NZ0603	gộp	
gang	gây	góc	**gôt** BZ0615 NZ0615	
gàng	gầy	**gom** BZ0604 NZ0604	gột	
ganh BZ0587 NZ0587	gẩy	gom	**gông** BZ0616 NZ0616	
ganh	gẫy	**gon** BZ0605 NZ0605	gông	
gánh	gậy	gọn	gồng	
gảnh	**gâc** BZ0595 NZ0595	**gop** BZ0606 NZ0606	**gơ** BZ0617 NZ0617	
găm BZ0588 NZ0588	gấc	góp	gờ	
găm	**gâm** BZ0596 NZ0596	**got** BZ0607 NZ0607	gở	
gắm	gấm	gót	gỡ	
gằm	gầm	gọt	**gơi** BZ0618 NZ0618	
gặm	gẫm	**gong** BZ0608 NZ0608	gởi	
găn BZ0589 NZ0589	gậm	gọng	gợi	
găn	**gân** BZ0597 NZ0597	**gô** BZ0609 NZ0609	**gơm** BZ0619 NZ0619	
gắn	gân	gô	gớm	
gằn	gần	gồ	gờm	
gặn	**gâp** BZ0598 NZ0598	gổ	**gơn** BZ0620 NZ0620	
găp BZ0590 NZ0590	gấp	gỗ	gờn	
gắp	gập	**gôi** BZ0610 NZ0610	gợn	
gặp	**gât** BZ0599 NZ0599	gối	**gu** BZ0621 NZ0621	
găt BZ0591 NZ0591	gật	gội	gu	
gắt	**go** BZ0600 NZ0600	**gôc** BZ0611 NZ0611	gù	
gặt	go	gốc	**gui** BZ0622 NZ0622	
găng BZ0592 NZ0592	gỏ	gộc	gũi	
găng	gõ	**gôm** BZ0612 NZ0612	**guc** BZ0623 NZ0623	
gắng	**goa** BZ0601 NZ0601	gôm	gục	
gặng	góa	gốm		

182

guôc BZ0624 NZ0624
guộc

guông BZ0625 NZ0625
guồng

gưi BZ0626 NZ0626
gửi

gươm BZ0627 NZ0627
gươm

gương BZ0628 NZ0628
gương

GI, gi

gi BZ0629 NZ0629
gì

gia BZ0630 NZ0630
gia
giá
già
giả
giã
giạ

giai BZ0631 NZ0631
giai
giải

giao BZ0632 NZ0632
giao
giáo

giay BZ0633 NZ0633
giày
giãy

giac BZ0634 NZ0634
giác

giam BZ0635 NZ0635
giam
giám
giảm

gian BZ0636 NZ0636
gian
gián
giàn
giản
giãn
giạn

giap BZ0637 NZ0637
giáp
giạp

giang BZ0638 NZ0638
giưng
giáng
giàng
giảng

giăc BZ0639 NZ0639
giặc

giăt BZ0640 NZ0640
giặt

giăng BZ0641 NZ0641
giăng
giằng

giâc BZ0642 NZ0642
giấc

giâm BZ0643 NZ0643
giấm
giẫm
giậm

giân BZ0644 NZ0644
giần
giận

giât BZ0645 NZ0645
giật

giêt BZ0646 NZ0646
giết

gin BZ0647 NZ0647
gìn

gio BZ0648 NZ0648
gio
gió
giò
giỏ
giõ
giọ

giong BZ0649 NZ0649
gióng
giọng

giô BZ0650 NZ0650
giố
giồ
giỗ

giông BZ0651 NZ0651
giông
giống
giồng

giơ BZ0652 NZ0652
giơ
giờ
giở

giơi BZ0653 NZ0653
giới

giuc BZ0654 NZ0654
giục

giun BZ0655 NZ0655
giun

giup BZ0656 NZ0656
giúp

giư BZ0657 NZ0657
giữ

giương BZ0658 NZ0658
giương
giường

GH, gh

ghe BZ0659 NZ0659
ghe
ghé
ghè
ghẻ
ghẹ

gheo BZ0660 NZ0660
ghẹo

ghem BZ0661 NZ0661
ghém

ghen BZ0662 NZ0662
ghen

ghep BZ0663 NZ0663
ghép

ghet BZ0664 NZ0664
ghét

ghê BZ0665 NZ0665
ghê
ghế

ghênh BZ0666 NZ0666
ghềnh

ghi BZ0667 NZ0667
ghi
ghì

ghiu BZ0668 NZ0668
ghịu

ghim BZ0669 NZ0669
ghim
ghìm

H, h

ha BZ0670 NZ0670
ha
há
hà
hả
hạ

hai BZ0671 NZ0671
hai
hái
hài
hải
hãi
hại

hao BZ0672 NZ0672
hao

háo
hào
hảo
hão
hạo

hau BZ0673 NZ0673
hau
háu
hàu

hay BZ0674 NZ0674
hay
háy
hày
hảy
hãy

hac BZ0675 NZ0675
hác
hạc

ham BZ0676 NZ0676
ham
hám
hàm
hãm
hạm

han BZ0677 NZ0677
han
hán
hàn
hãn
hạn

hap BZ0678 NZ0678
hạp

hat BZ0679 NZ0679
hát
hạt

hach BZ0680 NZ0680
hách
hạch

hang BZ0681 NZ0681
hang
háng
hàng
hảng
hãng
hạng

hanh BZ0682 NZ0682
hanh
hành
hãnh
hạnh

hăc BZ0683 NZ0683
hắc
hặc

hăm BZ0684 NZ0684
hăm
hằm
hẳm
hặm

hăn BZ0685 NZ0685
hắn
hằn
hẳn
hẵn

hăt BZ0686 NZ0686
hắt

hặt

hăng BZ0687 NZ0687
hăng
hắng
hằng
hẵng

hâu BZ0688 NZ0688
hâu
hấu
hầu
hẫu
hậu

hây BZ0689 NZ0689
hây
hẩy

hâm BZ0690 NZ0690
hâm
hầm
hẩm
hậm

hân BZ0691 NZ0691
hân
hấn
hận

hâp BZ0692 NZ0692
hấp
hập

hât BZ0693 NZ0693
hất

hâng BZ0694 NZ0694
hâng
hấng
hầng

184

hẳng
hẵng
hậng

he BZ0695 NZ0695

he
hé
hè
hẻ
hẽ
hẹ

heo BZ0696 NZ0696

heo
héo
hẻo

hec BZ0697 NZ0697

héc

hem BZ0698 NZ0698

hem
hèm
hẻm

hen BZ0699 NZ0699

hen
hén
hèn
hẹn

hep BZ0700 NZ0700

hẹp

het BZ0701 NZ0701

hẹt

hê BZ0702 NZ0702

hê
hế
hề

hể
hễ
hệ

hêu BZ0703 NZ0703

hêu
hếu
hều

hên BZ0704 NZ0704

hên
hến
hển

hêt BZ0705 NZ0705

hết
hệt

hêch BZ0706 NZ0706

hếch
hệch

hênh BZ0707 NZ0707

hênh
hếnh
hềnh
hểnh
hễnh
hệnh

hi BZ0708 NZ0708

hi
hí
hì
hỉ
hĩ
hị

hiu BZ0709 NZ0709

hiu

hỉu
hĩu
hịu

hiêu BZ0710 NZ0710

hiếu
hiều
hiểu
hiệu

hic BZ0711 NZ0711

híc
hịc

hip BZ0712 NZ0712

híp
hịp

hit BZ0713 NZ0713

hít
hịt

hich BZ0714 NZ0714

hích
hịch

hinh BZ0715 NZ0715

hinh
hình
hỉnh
hĩnh
hịnh

hiêm BZ0716 NZ0716

hiêm
hiếm
hiềm
hiểm
hiệm

hiên BZ0717 NZ0717

hiên
hiến
hiền
hiển
hiễn
hiện

ho BZ0718 NZ0718

ho
hó
hò
hỏ
hõ
họ

hoa BZ0719 NZ0719

hoa
hóa
hòa
hỏa
họa

hoe BZ0720 NZ0720

hoe
hóe
hòe
hỏe
họe

hoi BZ0721 NZ0721

hoi
hói
hòi
hỏi
họi

hoai BZ0722 NZ0722

hoai

hoái
hoài
hoải
hoại

hoay ● BZ0723 NZ0723

hoay
hoáy

hoc ● BZ0724 NZ0724

hóc
học

hom ● BZ0725 NZ0725

hom
hóm
hòm
hỏm
hõm
họm

hon ● BZ0726 NZ0726

hon
hón
hòn
hỏn
họn

hop ● BZ0727 NZ0727

hóp
họp

hot ● BZ0728 NZ0728

hót
họt

hong ● BZ0729 NZ0729

hong
hóng
hòng

hỏng
họng

hoan ● BZ0730 NZ0730

hoan
hoàn
hoãn
hoạn

hoat ● BZ0731 NZ0731

hoát
hoạt

hoach ● BZ0732 NZ0732

hoách
hoạch

hoang ● BZ0733 NZ0733

hoang
hoàng
hoảng

hoanh ● BZ0734 NZ0734

hoành
hoạnh

hô ● BZ0735 NZ0735

hô
hố
hồ
hổ
hỗ
hộ

hôi ● BZ0736 NZ0736

hôi
hối
hồi
hổi
hội

hôc ● BZ0737 NZ0737

hốc
hộc

hôm ● BZ0738 NZ0738

hôm

hôn ● BZ0739 NZ0739

hôn
hồn
hổn
hỗn

hôp ● BZ0740 NZ0740

hốp
hộp

hôt ● BZ0741 NZ0741

hốt
hột

hông ● BZ0742 NZ0742

hông
hống
hồng
hổng
hỗng
hộng

hơ ● BZ0743 NZ0743

hơ
hớ
hờ
hở
hỡ
hợ

hơi ● BZ0744 NZ0744

hơi
hới

hời
hởi
hỡi
hợi

hơm ● BZ0745 NZ0745

hòm
hởm

hơn ● BZ0746 NZ0746

hơn
hớn
hờn
hởn
hỡn
hợn

hơp ● BZ0747 NZ0747

hớp
hợp

hơt ● BZ0748 NZ0748

hớt
hợt

hu ● BZ0749 NZ0749

hu
hú
hù
hủ
hũ
hụ

huê ● BZ0750 NZ0750

huê
huế
huề
huể
huệ

hui BZ0751 NZ0751

hui
húi
hùi
hủi
hụi

huy BZ0752 NZ0752

huy
hủy

huc BZ0753 NZ0753

húc
hục

hum BZ0754 NZ0754

hùm
hủm
hũm
hụm

hun BZ0755 NZ0755

hun
hún
hùn
hủn
hũn
hụn

hup BZ0756 NZ0756

húp
hụp

hut BZ0757 NZ0757

hút
hụt

hung BZ0758 NZ0758

hung
húng

hùng

huông BZ0759 NZ0759

huống

huych BZ0760 NZ0760

huých
huỵch

huynh BZ0761 NZ0761

huynh
huỳnh

hư BZ0762 NZ0762

hư
hứ
hừ
hử
hự

hưa BZ0763 NZ0763

hứa

hưi BZ0764 NZ0764

hưi
hứi
hừi
hửi
hữi
hựi

hưu BZ0765 NZ0765

hưu
hứu
hừu
hửu
hữu
hựu

hươu BZ0766 NZ0766

hươu

hực BZ0767 NZ0767

hực

hưng BZ0768 NZ0768

hưng
hứng

hước BZ0769 NZ0769

hước

hương BZ0770 NZ0770

hương
hướng
hường
hưởng

hy BZ0771 NZ0771

hy
hý
hỳ
hỷ
hỹ
hỵ

K, k

ke BZ0772 NZ0772

ke
ké
kè
kẻ
kẽ
kẹ

keo BZ0773 NZ0773

keo
kéo
kèo
kẻo

kẹo

kem BZ0774 NZ0774

kem
kém
kèm
kẽm
kẹm

ken BZ0775 NZ0775

ken
kén
kèn
kẹn

kep BZ0776 NZ0776

kép
kẹp

ket BZ0777 NZ0777

két
kẹt

keng BZ0778 NZ0778

keng
kéng
kèng
kẻng

kê BZ0779 NZ0779

kê
kế
kề
kể
kễ
kệ

kêu BZ0780 NZ0780

kêu
kếu

kều

kêp BZ0781 NZ0781
kếp

kêt BZ0782 NZ0782
kết

kêch BZ0783 NZ0783
kếch
kệch

kênh BZ0784 NZ0784
kênh
kềnh
kểnh
kễnh
kệnh

ki BZ0785 NZ0785
ki
kí
kì
kỉ
kĩ
kị

kia BZ0786 NZ0786
kia
kìa
kỉa
kịa

kiêu BZ0787 NZ0787
kiêu
kiếu
kiều
kiểu
kiệu

kim BZ0788 NZ0788
kim
kìm

kin BZ0789 NZ0789
kin
kín
kìn

kip BZ0790 NZ0790
kíp
kịp

kit BZ0791 NZ0791
kít
kịt

kich BZ0792 NZ0792
kích
kịch

kinh BZ0793 NZ0793
kinh
kính
kình
kỉnh

kiêm BZ0794 NZ0794
kiêm
kiếm
kiềm
kiểm
kiệm

kiên BZ0795 NZ0795
kiên
kiến
kiền
kiển
kiện

kiêng BZ0796 NZ0796
kiêng
kiếng
kiềng
kiểng
kiễng
kiệng

kiêt BZ0797 NZ0797
kiết
kiệt

ky BZ0798 NZ0798
ky
ký
kỳ
kỷ
kỹ
kỵ

KH, kh

kha BZ0799 NZ0799
kha
khá
khà
khả

khai BZ0800 NZ0800
khai
khái
khải

khao BZ0801 NZ0801
khao
kháo
khào
khảo

khau BZ0802 NZ0802
khau
kháu

khay BZ0803 NZ0803
khay
kháy
khảy

khac BZ0804 NZ0804
khác
khạc

kham BZ0805 NZ0805
kham
khám

khan BZ0806 NZ0806
khan
khán
khàn
khản

khat BZ0807 NZ0807
khát

khach BZ0808 NZ0808
khách
khạch

khang BZ0809 NZ0809
khang
kháng
khạng

khanh BZ0810 NZ0810
khanh
khánh
khảnh

khắc BZ0811 NZ0811

khắc
khặc

khăm BZ0812 NZ0812

khăm
khắm
khặm

khăn BZ0813 NZ0813

khăn
khắn
khẳn

khắp BZ0814 NZ0814

khắp

khăt BZ0815 NZ0815

khắt

khăng BZ0816 NZ0816

khăng
khằng

khâu BZ0817 NZ0817

khâu
khấu
khẩu

khây BZ0818 NZ0818

khẩy

khâc BZ0819 NZ0819

khấc
khặc

khâm BZ0820 NZ0820

khâm
khấm
khẩm

khân BZ0821 NZ0821

khẩn

khập BZ0822 NZ0822

khập

khât BZ0823 NZ0823

khất

khâng BZ0824 NZ0824

khậng

khe BZ0825 NZ0825

khe
khé
khè
khẻ
khẽ

kheo BZ0826 NZ0826

khco
khéo

khem BZ0827 NZ0827

khem

khen BZ0828 NZ0828

khen
khèn

khep BZ0829 NZ0829

khép

khet BZ0830 NZ0830

khét
khẹt

khê BZ0831 NZ0831

khê
khế
khề

khệ

khêu BZ0832 NZ0832

khêu
khều
khệu

khênh BZ0833 NZ0833

khênh
khềnh
khểnh
khệnh

khi BZ0834 NZ0834

khi
khí
khì
khỉ
khị

khia BZ0835 NZ0835

khía
khịa

khiêu BZ0836 NZ0836

khiêu
khiếu

khit BZ0837 NZ0837

khít
khịt

khich BZ0838 NZ0838

khích

khinh BZ0839 NZ0839

khinh
khỉnh

khiêm BZ0840 NZ0840

khiêm

khiếm
khiềm

khiên BZ0841 NZ0841

khiến
khiển

khiêng BZ0842 NZ0842

khiêng
khiềng

khiêt BZ0843 NZ0843

khiết

kho BZ0844 NZ0844

kho
khó
khò
khọ

khoa BZ0845 NZ0845

khoa
khóa
khỏa

khoe BZ0846 NZ0846

khoe
khóe
khỏe

khoi BZ0847 NZ0847

khói
khỏi

khoai BZ0848 NZ0848

khoai
khoái
khoải

khoay BZ0849 NZ0849

khoáy

khoeo ⊙ BZ0850 NZ0850	**khổng**	**khuc** ⊙ BZ0870 NZ0870	**L, l**
khoèo	**khơ** ⊙ BZ0860 NZ0860	khúc	**la** ⊙ BZ0881 NZ0881
khoc ⊙ BZ0851 NZ0851	khơ	**khum** ⊙ BZ0871 NZ0871	la
khóc	khớ	khúm	lá
khom ⊙ BZ0852 NZ0852	khờ	**khung** ⊙ BZ0872 NZ0872	là
khom	**khơi** ⊙ BZ0861 NZ0861	khung	lả
khóm	khơi	khùng	lã
khòm	khới	khủng	lạ
khọm	khời	khụng	**lai** ⊙ BZ0882 NZ0882
khoac ⊙ BZ0853 NZ0853	khởi	**khuôn** ⊙ BZ0873 NZ0873	lai
khoác	**khợp** ⊙ BZ0862 NZ0862	khuôn	lái
khoạc	khớp	**khư** ⊙ BZ0874 NZ0874	lài
khoan ⊙ BZ0854 NZ0854	**khu** ⊙ BZ0863 NZ0863	khư	lải
khoan	khu	khứ	lãi
khoán	khú	khử	lại
khoản	khụ	khự	**lao** ⊙ BZ0883 NZ0883
khoang ⊙ BZ0855 NZ0855	**khua** ⊙ BZ0864 NZ0864	**khươu** ⊙ BZ0875 NZ0875	lao
khoang	khua	khướu	láo
khoáng	khùa	**khưng** ⊙ BZ0876 NZ0876	lào
khoảng	**khuê** ⊙ BZ0865 NZ0865	khựng	lảo
khô ⊙ BZ0856 NZ0856	khuê	**khược** ⊙ BZ0877 NZ0877	lão
khô	**khuy** ⊙ BZ0866 NZ0866	khước	lạo
khố	khuy	khược	**lau** ⊙ BZ0884 NZ0884
khổ	**khuây** ⊙ BZ0867 NZ0867	**khươn** ⊙ BZ0878 NZ0878	lau
khôi ⊙ BZ0857 NZ0857	khuây	khươn	láu
khôi	khuấy	**khượt** ⊙ BZ0879 NZ0879	làu
khối	**khuya** ⊙ BZ0868 NZ0868	khướt	lảu
khôc ⊙ BZ0858 NZ0858	khuya	khượt	lạu
khốc	**khuyu** ⊙ BZ0869 NZ0869	**khương** ⊙ BZ0880 NZ0880	**lay** ⊙ BZ0885 NZ0885
không ⊙ BZ0859 NZ0859	khuyu	khương	lay
không	khuỷu		láy
khống	khuỵu		lày
			lãy
			lạy

lac BZ0886 NZ0886
lác
lạc

lam BZ0887 NZ0887
lam
làm
lãm
lạm

lan BZ0888 NZ0888
lan
lán
làn

lap BZ0889 NZ0889
láp
lạp

lat BZ0890 NZ0890
lát
lạt

lach BZ0891 NZ0891
lách
lạch

lang BZ0892 NZ0892
lang
láng
làng
lảng
lãng
lạng

lanh BZ0893 NZ0893
lanh
lánh
lành
lảnh

lãnh
lạnh

lăc BZ0894 NZ0894
lắc
lặc

lăm BZ0895 NZ0895
lăm
lắm
lặm

lăn BZ0896 NZ0896
lăn
lằn
lẳn
lẵn
lặn

lăp BZ0897 NZ0897
lắp
lặp

lăt BZ0898 NZ0898
lắt
lặt

lăng BZ0899 NZ0899
lăng
lắng
lằng
lẳng
lẵng
lặng

lâu BZ0900 NZ0900
lâu
lầu
lẩu
lậu

lây BZ0901 NZ0901
lây
lấy
lầy
lẫy
lậy

lâc BZ0902 NZ0902
lấc

lâm BZ0903 NZ0903
lâm
lấm
lầm
lẩm
lẫm
lậm

lân BZ0904 NZ0904
lân
lấn
lần
lẩn
lẫn
lận

lâp BZ0905 NZ0905
lấp
lập

lât BZ0906 NZ0906
lất
lật

lâng BZ0907 NZ0907
lâng
lấng

le BZ0908 NZ0908
le

lé
lè
lẻ
lẽ
lẹ

leo BZ0909 NZ0909
leo
léo
lèo
lẻo
lẽo
lẹo

lem BZ0910 NZ0910
lem
lém
lẹm

len BZ0911 NZ0911
lcn
lén
lèn
lẻn
lẽn

lep BZ0912 NZ0912
lép
lẹp

let BZ0913 NZ0913
lét
lẹt

leng BZ0914 NZ0914
leng
léng

lê BZ0915 NZ0915
lê

lề
lể
lễ
lệ

lêu BZ0916 NZ0916

lêu
lếu
lều

lên BZ0917 NZ0917

lên

lêt BZ0918 NZ0918

lết
lệt

lêch BZ0919 NZ0919

lếch
lệch

lênh BZ0920 NZ0920

lênh
lếnh
lềnh
lễnh
lệnh

li BZ0921 NZ0921

li
lí
lì
lị

lia BZ0922 NZ0922

lia
lìa
lịa

liu BZ0923 NZ0923

líu

lỉu
lịu

liêu BZ0924 NZ0924

liêu
liều
liễu
liệu

lim BZ0925 NZ0925

lim
lìm
lịm

lip BZ0926 NZ0926

líp

lit BZ0927 NZ0927

lít
lịt

lich BZ0928 NZ0928

lích
lịch

linh BZ0929 NZ0929

linh
lính
lình
lỉnh
lĩnh
lịnh

liêm BZ0930 NZ0930

liêm
liếm
liềm

liên BZ0931 NZ0931

liên
liền

liễn

liêt BZ0932 NZ0932

liệt

liêng BZ0933 NZ0933

liếng
liệng

lo BZ0934 NZ0934

lo
ló
lò
lõ
lọ

loa BZ0935 NZ0935

loa
lóa
lòa
lõa

loe BZ0936 NZ0936

loe
lóe
lòe

loi BZ0937 NZ0937

loi
lói
lòi
lỏi
lõi
lọi

loai BZ0938 NZ0938

loài
loại

loay BZ0939 NZ0939

loay

loáy

loc BZ0940 NZ0940

lóc
lọc

lom BZ0941 NZ0941

lom
lóm
lòm
lỏm
lõm

lon BZ0942 NZ0942

lon
lòn
lỏn
lọn

lot BZ0943 NZ0943

lót
lọt

long BZ0944 NZ0944

long
lóng
lòng
lỏng
lõng
lọng

loan BZ0945 NZ0945

loan
loàn
loạn

loat BZ0946 NZ0946

loát
loạt

loang BZ0947 NZ0947

loang
loáng
loãng
loạng

lô BZ0948 NZ0948

lô
lố
lồ
lổ
lỗ
lộ

lôi BZ0949 NZ0949

lôi
lối
lồi
lổi
lỗi
lội

lôc BZ0950 NZ0950

lốc
lộc

lôm BZ0951 NZ0951

lôm
lốm
lồm
lổm

lôn BZ0952 NZ0952

lồn
lổn
lộn

lôp BZ0953 NZ0953

lốp

lộp

lôt BZ0954 NZ0954

lốt
lột

lông BZ0955 NZ0955

lông
lồng
lộng

lơ BZ0956 NZ0956

lơ
lớ
lờ
lở
lỡ
lợ

lơi BZ0957 NZ0957

lơi
lới
lời
lởi
lợi

lơm BZ0958 NZ0958

lởm

lơn BZ0959 NZ0959

lớn
lợn

lơp BZ0960 NZ0960

lớp
lợp

lơt BZ0961 NZ0961

lớt
lợt

lu BZ0962 NZ0962

lu
lú
lù
lủ
lũ
lụ

lua BZ0963 NZ0963

lúa
lùa
lũa
lụa

lui BZ0964 NZ0964

lui
lùi
lủi
lụi

luy BZ0965 NZ0965

lũy
lụy

luc BZ0966 NZ0966

lúc
lục

lum BZ0967 NZ0967

lum
lúm
lùm
lủm
lụm

lun BZ0968 NZ0968

lún
lùn
lủn

lũn
lụn

lup BZ0969 NZ0969

lúp
lụp

lut BZ0970 NZ0970

lút
lụt

lung BZ0971 NZ0971

lung
lúng
lùng
lủng
lũng
lụng

luôc BZ0972 NZ0972

luộc

luôn BZ0973 NZ0973

luôn
luồn

luông BZ0974 NZ0974

luống
luồng

lư BZ0975 NZ0975

lư
lừ
lử
lữ
lự

lưa BZ0976 NZ0976

lứa
lừa
lửa

lựa

lưu BZ0977 NZ0977

lưu
lựu

lươi BZ0978 NZ0978

lưới
lười
lưỡi

lực BZ0979 NZ0979

lức
lực

lưng BZ0980 NZ0980

lưng
lừng
lửng
lững

lược BZ0981 NZ0981

lược

lươm BZ0982 NZ0982

lườm
lượm

lươn BZ0983 NZ0983

lươn
lườn
lượn

lươt BZ0984 NZ0984

lướt
lượt

lương BZ0985 NZ0985

lương
lường
lưỡng

lượng

ly BZ0986 NZ0986

ly
lý
lỳ
lỷ
ly

M, m

ma BZ0987 NZ0987

ma
má
mà
mả
mã
mạ

mai BZ0988 NZ0988

mai
mái
mài
mải
mãi
mại

mao BZ0989 NZ0989

mao
máo
mào
mão
mạo

mau BZ0990 NZ0990

mau
máu
màu

may BZ0991 NZ0991

may
máy
mày
mảy
mạy

mac BZ0992 NZ0992

mác
mạc

man BZ0993 NZ0993

man
mán
màn
mãn
mạn

map BZ0994 NZ0994

mạp

mat BZ0995 NZ0995

mát
mạt

mach BZ0996 NZ0996

mách
mạch

mang BZ0997 NZ0997

mang
máng
màng
mảng
mạng

manh BZ0998 NZ0998

manh
mánh
mành
mảnh
mãnh
mạnh

măc BZ0999 NZ0999

mắc
mặc

măm BZ1000 NZ1000

măm
mắm

măn BZ1001 NZ1001

mắn
mằn
mẳn
mặn

măt BZ1002 NZ1002

mắt
mặt

măng BZ1003 NZ1003

măng
mắng

mâu BZ1004 NZ1004

mâu
mấu
mầu
mẩu
mẫu
mậu

mây BZ1005 NZ1005

mây
mấy

mâm BZ1006 NZ1006

mâm
mầm

194

mẩm
mẫm
mậm

mân BZ1007 NZ1007

mân
mần
mẩn
mẫn
mận

mâp BZ1008 NZ1008

mấp
mập

mât BZ1009 NZ1009

mất
mật

me BZ1010 NZ1010

me
mé
mè
mẻ
mẽ
mẹ

meo BZ1011 NZ1011

meo
méo
mèo
mẹo

mec BZ1012 NZ1012

méc

mem BZ1013 NZ1013

mem
mém
mẻm

men BZ1014 NZ1014

men
mén
mèn

mep BZ1015 NZ1015

mép
mẹp

met BZ1016 NZ1016

mét
mẹt

meng BZ1017 NZ1017

mèng

mê BZ1018 NZ1018

mê
mề
mễ
mệ

mêu BZ1019 NZ1019

mếu

mêm BZ1020 NZ1020

mếm
mềm

mên BZ1021 NZ1021

mên
mến
mền

mêt BZ1022 NZ1022

mết
mệt

mêch BZ1023 NZ1023

mếch
mệch

mênh BZ1024 NZ1024

mênh
mệnh

mi BZ1025 NZ1025

mi
mí
mì
mỉ
mĩ
mị

mia BZ1026 NZ1026

mía
mỉa
mịa

miu BZ1027 NZ1027

miu
míu
mìu
mỉu
mĩu

miêu BZ1028 NZ1028

miếu
miều

mim BZ1029 NZ1029

mim
mím
mỉm
mĩm
mịm

min BZ1030 NZ1030

mìn
mịn

mit BZ1031 NZ1031

mít
mịt

mich BZ1032 NZ1032

mích
mịch

minh BZ1033 NZ1033

minh
mình

miên BZ1034 NZ1034

miên
miến
miền
miễn
miện

miêt BZ1035 NZ1035

miết
miệt

miêng BZ1036 NZ1036

miếng
miểng
miệng

mo BZ1037 NZ1037

mo
mó
mò
mỏ
mõ
mọ

moi BZ1038 NZ1038

moi
mói
mòi

mỏi
mõi
mọi

moc BZ1039 NZ1039
móc
mọc

mom BZ1040 NZ1040
móm
mòm
mỏm
mõm
mọm

mon BZ1041 NZ1041
mon
món
mòn
mỏn
mõn
mọn

mop BZ1042 NZ1042
móp
mọp

mot BZ1043 NZ1043
mót
mọt

mong BZ1044 NZ1044
mong
móng
mòng
mỏng
mọng

mô BZ1045 NZ1045
mô

mồ
mổ
mộ

môi BZ1046 NZ1046
môi
mối
mồi
mỗi

môc BZ1047 NZ1047
mốc
mộc

môm BZ1048 NZ1048
mồm

môn BZ1049 NZ1049
môn

môt BZ1050 NZ1050
mốt
một

mông BZ1051 NZ1051
mông
mống
mồng
mộng

mơ BZ1052 NZ1052
mơ
mớ
mờ
mở
mỡ
mợ

mơi BZ1053 NZ1053
mới
mời

mơm BZ1054 NZ1054
mơm
mớm

mơn BZ1055 NZ1055
mơn
mớn
mởn

mơp BZ1056 NZ1056
mớp

mu BZ1057 NZ1057
mu
mú
mù
mủ
mũ
mụ

mua BZ1058 NZ1058
mua
múa
mùa

mui BZ1059 NZ1059
mui
múi
mùi
mủi
mũi

muôi BZ1060 NZ1060
muôi
muối
muồi
muỗi
muội

muc BZ1061 NZ1061
múc
mục

mum BZ1062 NZ1062
mũm

mun BZ1063 NZ1063
mun
mùn
mũn
mụn

mup BZ1064 NZ1064
múp

mut BZ1065 NZ1065
mút
mụt

mung BZ1066 NZ1066
mung
mùng

muôm BZ1067 NZ1067
muỗm

muôn BZ1068 NZ1068
muôn
muốn
muộn

muôt BZ1069 NZ1069
muốt
muột

muông BZ1070 NZ1070
muống
muỗng

mư BZ1071 NZ1071

mừ

mưa BZ1072 NZ1072

mưa
mứa
mửa

mưu BZ1073 NZ1073

mưu

mươi BZ1074 NZ1074

mươi
mười

mực BZ1075 NZ1075

mực
mức

mưt BZ1076 NZ1076

mứt

mưng BZ1077 NZ1077

mưng
mừng
mửng

mươn BZ1078 NZ1078

mướn
mượn

mươp BZ1079 NZ1079

mướp

mươt BZ1080 NZ1080

mướt
mượt

mương BZ1081 NZ1081

mương
mường

my BZ1082 NZ1082

my
mý
mỳ
mỷ
mỹ
mỵ

N, n

na BZ1083 NZ1083

na
ná
nà
nã
nạ

nai BZ1084 N71084

nai
nái
nài
nải
nãi
nại

nao BZ1085 NZ1085

nao
náo
nào
nảo
não
nạo

nau BZ1086 NZ1086

náu
nàu
nảu
nãu

nạu

nay BZ1087 NZ1087

nay
náy
này
nảy
nãy

nac BZ1088 NZ1088

nạc

nam BZ1089 NZ1089

nam
nám
nạm

nan BZ1090 NZ1090

nan
nán
nàn
nản
nạn

nap BZ1091 NZ1091

nạp

nat BZ1092 NZ1092

nát
nạt

nach BZ1093 NZ1093

nách

nang BZ1094 NZ1094

nang
nàng
nạng

nanh BZ1095 NZ1095

nanh

nành
nạnh

năc BZ1096 NZ1096

nắc
nặc

năm BZ1097 NZ1097

năm
nắm
nằm

năn BZ1098 NZ1098

năn
nắn
nằn
nặn

năp BZ1099 NZ1099

nắp
nặp

năng BZ1100 NZ1100

năng
nắng
nằng
nặng

nâu BZ1101 NZ1101

nâu
nấu
nầu
nẩu
nẫu

nây BZ1102 NZ1102

nây
nấy
nẩy
nẫy

nâc BZ1103 NZ1103
nấc
nậc

nâm BZ1104 NZ1104
nấm
nậm

nân BZ1105 NZ1105
nấn

nâp BZ1106 NZ1106
nấp
nập

nâng BZ1107 NZ1107
nâng
nấng
nằng
nẳng
nẵng
nặng

ne BZ1108 NZ1108
né
nè

nem BZ1109 NZ1109
nem
ném

nen BZ1110 NZ1110
nén

nep BZ1111 NZ1111
nếp
nẹp

net BZ1112 NZ1112
nét

nê BZ1113 NZ1113
nê
nề
nể

nêu BZ1114 NZ1114
nêu
nếu

nêm BZ1115 NZ1115
nêm
nếm
nệm

nên BZ1116 NZ1116
nên
nến
nền
nện

nêp BZ1117 NZ1117
nếp

nêt BZ1118 NZ1118
nết

ni BZ1119 NZ1119
ni
nỉ
nị

nia BZ1120 NZ1120
nia
nĩa

niu BZ1121 NZ1121
níu
nĩu
nịu

niêu BZ1122 NZ1122
niêu
niệu

nin BZ1123 NZ1123
nin
nín

nit BZ1124 NZ1124
nít
nịt

nich BZ1125 NZ1125
ních
nịch

ninh BZ1126 NZ1126
ninh
nịnh

niêm BZ1127 NZ1127
niêm
niềm
niệm

niên BZ1128 NZ1128
niên

no BZ1129 NZ1129
no
nó
nò
nỏ
nõ
nọ

noi BZ1130 NZ1130
noi
nói
nòi

noc BZ1131 NZ1131
nóc
nọc

nom BZ1132 NZ1132
nom

non BZ1133 NZ1133
non
nón
nõn

not BZ1134 NZ1134
nọt

nong BZ1135 NZ1135
nóng
nòng
nọng

noan BZ1136 NZ1136
noãn

nô BZ1137 NZ1137
nô
nố
nồ
nổ
nỗ
nộ

nôi BZ1138 NZ1138
nôi
nối
nồi
nổi
nỗi
nội

198

nôc BZ1139 NZ1139

nốc

nôm BZ1140 NZ1140

nôm
nồm
nộm

nôn BZ1141 NZ1141

nôn

nôp BZ1142 NZ1142

nộp

nôt BZ1143 NZ1143

nốt

nông BZ1144 NZ1144

nông
nồng

nơ BZ1145 NZ1145

nơ
nờ
nở
nỡ
nợ

nơi BZ1146 NZ1146

nơi
nới

nơm BZ1147 NZ1147

nơm
nởm
nỡm

nơn BZ1148 NZ1148

nơn
nớn
nờn

nởn
nõn
nợn

nuôi BZ1149 NZ1149

nuôi
nuối

nơp BZ1150 NZ1150

nớp
nợp

nơt BZ1151 NZ1151

nớt

nu BZ1152 NZ1152

nu
nú
nụ

nua BZ1153 NZ1153

nua

nui BZ1154 NZ1154

nui
núi

nuôi BZ1155 NZ1155

nuôi
nuối

nuc BZ1156 NZ1156

nục

num BZ1157 NZ1157

núm

nun BZ1158 NZ1158

nun

nup BZ1159 NZ1159

núp

nut BZ1160 NZ1160

nút
nụt

nung BZ1161 NZ1161

nung
nùng
nũng
nụng

nuôt BZ1162 NZ1162

nuốt
nuột

nư BZ1163 NZ1163

nữ

nưa BZ1164 NZ1164

nứa
nửa
nữa

nưc BZ1165 NZ1165

nức
nực

nưt BZ1166 NZ1166

nứt

nưng BZ1167 NZ1167

nưng
nứng
nựng

nươc BZ1168 NZ1168

nước

nươm BZ1169 NZ1169

nườm
nượm

nươp BZ1170 NZ1170

nượp

nươt BZ1171 NZ1171

nượt

nương BZ1172 NZ1172

nương
nướng

NG, ng

nga BZ1173 NZ1173

nga
ngá
ngà
ngả
ngã
ngạ

ngai BZ1174 NZ1174

ngái
ngài
ngải
ngãi
ngại

ngao BZ1175 NZ1175

ngao
ngáo
ngào
ngạo

ngau BZ1176 NZ1176

ngáu

ngay BZ1177 NZ1177

ngay
ngáy
ngày

ngac BZ1178 NZ1178

ngác
ngạc

ngan BZ1179 NZ1179

ngan
ngán
ngàn
ngạn

ngap BZ1180 NZ1180

ngáp

ngat BZ1181 NZ1181

ngát
ngạt

ngach BZ1182 NZ1182

ngách
ngạch

ngang BZ1183 NZ1183

ngang
ngáng
ngàng
ngảng
ngạng

nganh BZ1184 NZ1184

ngánh
ngành
ngạnh

ngăc BZ1185 NZ1185

ngắc
ngặc

ngăm BZ1186 NZ1186

ngăm
ngắm

ngăn BZ1187 NZ1187

ngăn
ngắn

ngăt BZ1188 NZ1188

ngắt
ngặt

ngâu BZ1189 NZ1189

ngâu
ngấu
ngầu

ngây BZ1190 NZ1190

ngây
ngấy
ngầy
ngậy

ngâm BZ1191 NZ1191

ngâm
ngấm
ngầm
ngẫm
ngậm

ngân BZ1192 NZ1192

ngân
ngấn
ngần

ngập BZ1193 NZ1193

ngập

ngât BZ1194 NZ1194

ngất

ngâng BZ1195 NZ1195

ngẩng

ngo BZ1196 NZ1196

ngó
ngò
ngỏ
ngõ
ngọ

ngoe BZ1197 NZ1197

ngoe
ngóe

ngoi BZ1198 NZ1198

ngoi
ngói
ngòi
ngỏi

ngoai BZ1199 NZ1199

ngoai
ngoái
ngoài
ngoải
ngoại

ngoay BZ1200 NZ1200

ngoáy
ngoạy

ngoc BZ1201 NZ1201

ngóc
ngọc

ngom BZ1202 NZ1202

ngòm
ngõm

ngon BZ1203 NZ1203

ngon
ngón
ngọn

ngot BZ1204 NZ1204

ngót
ngọt

ngong BZ1205 NZ1205

ngóng
ngọng

ngoac BZ1206 NZ1206

ngoác
ngoạc

ngoam BZ1207 NZ1207

ngoam
ngoàm
ngoạm

ngoan BZ1208 NZ1208

ngoan
ngoãn
ngoạn

ngô BZ1209 NZ1209

ngô
ngố
ngổ
ngộ

ngôi BZ1210 NZ1210

ngôi
ngồi
ngỗi

ngôc BZ1211 NZ1211

ngốc
ngộc

ngôn BZ1212 NZ1212

ngôn
ngốn

ngổn
ngộn

ngôt BZ1213 NZ1213
ngốt
ngột

ngông BZ1214 NZ1214
ngông
ngồng
ngổng
ngỗng

ngơ BZ1215 NZ1215
ngơ
ngớ
ngờ
ngỡ
ngợ

ngơi BZ1216 NZ1216
ngơi
ngời
ngợi

ngơm BZ1217 NZ1217
ngợm

ngơn BZ1218 NZ1218
ngớn

ngơt BZ1219 NZ1219
ngớt

ngu BZ1220 NZ1220
ngu
ngủ
ngũ
ngụ

ngui BZ1221 NZ1221
ngùi
ngủi
ngụi

nguy BZ1222 NZ1222
nguy
ngụy

nguây BZ1223 NZ1223
nguây

nguôi BZ1224 NZ1224
nguôi
nguối
nguội

nguc BZ1225 NZ1225
ngục

ngun BZ1226 NZ1226
ngủn

ngung BZ1227 NZ1227
ngùng

nguôn BZ1228 NZ1228
nguồn

ngư BZ1229 NZ1229
ngư
ngừ
ngữ
ngự

ngưa BZ1230 NZ1230
ngứa
ngừa
ngửa
ngữa
ngựa

ngưi BZ1231 NZ1231
ngưi
ngửi

ngươi BZ1232 NZ1232
ngươi
người

ngưng BZ1233 NZ1233
ngưng
ngừng

ngước BZ1234 NZ1234
ngước
ngược

ngương BZ1235 NZ1235
ngưỡng
ngượng

nghe BZ1236 NZ1236
nghe
nghé

ngheo BZ1237 NZ1237
nghèo

nghen BZ1238 NZ1238
nghen
nghén
nghẽn
nghẹn

nghê BZ1239 NZ1239
nghê
nghề
nghệ

nghêu BZ1240 NZ1240
nghêu

nghêt BZ1241 NZ1241
nghết
nghệt

nghêch BZ1242 NZ1242
nghếch
nghệch

nghi BZ1243 NZ1243
nghi
nghỉ
nghĩ
nghị

nghia BZ1244 NZ1244
nghia
nghía
nghĩa

nghiêu BZ1245 NZ1245
nghiêu

nghin BZ1246 NZ1246
nghìn

nghit BZ1247 NZ1247
nghịt

nghich BZ1248 NZ1248
nghịch

nghiêm BZ1249 NZ1249
nghiêm

nghiên BZ1250 NZ1250
nghiến
nghiền
nghiễn
nghiện

nghiêt BZ1251 NZ1251
nghiết
nghiệt

NH, nh

nha BZ1252 NZ1252
nha
nhá
nhà
nhả
nhã
nhạ

nhai BZ1253 NZ1253
nhai
nhái
nhài
nhải
nhãi
nhại

nhao BZ1254 NZ1254
nhao
nháo
nhào
nhão
nhạo

nhau BZ1255 NZ1255
nhau
nhàu
nhảu

nhay BZ1256 NZ1256
nháy
nhảy
nhạy

nhac BZ1257 NZ1257
nhác
nhạc

nham BZ1258 NZ1258
nhàm
nhảm

nhan BZ1259 NZ1259
nhan
nhàn
nhản
nhãn
nhạn

nhap BZ1260 NZ1260
nháp

nhat BZ1261 NZ1261
nhát
nhạt

nhach BZ1262 NZ1262
nhách
nhạch

nhang BZ1263 NZ1263
nhang
nhàng

nhanh BZ1264 NZ1264
nhanh
nhánh
nhành
nhảnh

nhăc BZ1265 NZ1265
nhắc

nhăm BZ1266 NZ1266
nhắm

nhằm

nhăn BZ1267 NZ1267
nhăn
nhắn
nhằn
nhẫn
nhận

nhăt BZ1268 NZ1268
nhắt
nhặt

nhăng BZ1269 NZ1269
nhăng
nhắng
nhằng

nhâu BZ1270 NZ1270
nhậu

nhây BZ1271 NZ1271
nhây
nhầy
nhẩy

nhâc BZ1272 NZ1272
nhấc
nhậc

nhâm BZ1273 NZ1273
nhâm
nhấm
nhầm
nhẩm
nhậm

nhân BZ1274 NZ1274
nhân
nhấn
nhần

nhẫn
nhận

nhâp BZ1275 NZ1275
nhấp
nhập

nhât BZ1276 NZ1276
nhất
nhật

nhe BZ1277 NZ1277
nhe
nhé
nhè
nhẻ
nhẽ
nhẹ

nheo BZ1278 NZ1278
nheo
nhéo
nhèo
nhẽo

nhem BZ1279 NZ1279
nhem
nhèm

nhen BZ1280 NZ1280
nhen
nhén
nhẹn

nhep BZ1281 NZ1281
nhép
nhẹp

nhet BZ1282 NZ1282
nhét
nhẹt

nheng BZ1283 NZ1283
nhèng
nhẻng
nhẽng
nhẹng

nhê BZ1284 NZ1284
nhê
nhề
nhể
nhễ
nhệ

nhên BZ1285 NZ1285
nhện

nhêch BZ1286 NZ1286
nhếch
nhệch

nhi BZ1287 NZ1287
nhi
nhí
nhì
nhỉ
nhĩ
nhị

nhiu BZ1288 NZ1288
nhiu
nhíu
nhìu

nhiêu BZ1289 NZ1289
nhiêu
nhiều
nhiểu
nhiễu

nhim BZ1290 NZ1290
nhím

nhin BZ1291 NZ1291
nhìn
nhịn

nhip BZ1292 NZ1292
nhíp
nhịp

nhit BZ1293 NZ1293
nhít
nhịt

nhich BZ1294 NZ1294
nhích
nhịch

nhinh BZ1295 NZ1295
nhỉnh

nhiêm BZ1296 NZ1296
nhiễm
nhiệm

nhiên BZ1297 NZ1297
nhiên

nhiêt BZ1298 NZ1298
nhiệt

nho BZ1299 NZ1299
nho
nhỏ
nhọ

nhoa BZ1300 NZ1300
nhòa

nhoi BZ1301 NZ1301
nhoi
nhói

nhoai BZ1302 NZ1302
nhoái
nhoài

nhoc BZ1303 NZ1303
nhóc
nhọc

nhom BZ1304 NZ1304
nhom
nhóm
nhòm

nhon BZ1305 NZ1305
nhón
nhọn

nhot BZ1306 NZ1306
nhót
nhọt

nhong BZ1307 NZ1307
nhong
nhõng
nhọng

nhoam BZ1308 NZ1308
nhoam
nhoàm
nhoảm
nhoạm

nhoang BZ1309 NZ1309
nhoáng
nhoàng

nhô BZ1310 NZ1310
nhô
nhố
nhổ

nhôi BZ1311 NZ1311
nhôi
nhối
nhồi

nhôm BZ1312 NZ1312
nhôm
nhổm

nhôn BZ1313 NZ1313
nhốn
nhồn
nhổn
nhộn

nhôt BZ1314 NZ1314
nhốt
nhột

nhông BZ1315 NZ1315
nhông
nhổng
nhộng

nhơ BZ1316 NZ1316
nhơ
nhớ
nhờ
nhở
nhỡ
nhợ

nhơn BZ1317 NZ1317
nhơn
nhớn
nhờn
nhởn
nhợn

nhơp ○ BZ1318 NZ1318
nhớp

nhơt ○ BZ1319 NZ1319
nhợt

nhu ○ BZ1320 NZ1320
nhu
nhú
nhù
nhủ
nhũ

nhuê ○ BZ1321 NZ1321
nhuê

nhui ○ BZ1322 NZ1322
nhụi

nhuc ○ BZ1323 NZ1323
nhúc
nhục

nhum ○ BZ1324 NZ1324
nhúm

nhun ○ BZ1325 NZ1325
nhún
nhùn
nhủn
nhũn
nhụn

nhut ○ BZ1326 NZ1326
nhút
nhụt

nhung ○ BZ1327 NZ1327
nhung
nhúng

nhuôc ○ BZ1328 NZ1328
nhuốc

nhuôm ○ BZ1329 NZ1329
nhuốm
nhuộm

như ○ BZ1330 NZ1330
như
nhứ
nhừ
nhử

nhưa ○ BZ1331 NZ1331
nhựa

nhươi ○ BZ1332 NZ1332
nhượi

nhưc ○ BZ1333 NZ1333
nhức

nhưt ○ BZ1334 NZ1334
nhựt

nhưng ○ BZ1335 NZ1335
nhưng
những

nhược ○ BZ1336 NZ1336
nhược

nhươn ○ BZ1337 NZ1337
nhướn

nhương ○ BZ1338 NZ1338
nhương
nhường
nhượng

PH, ph

pha ○ BZ1339 NZ1339
pha
phá
phà
phả
phạ

phai ○ BZ1340 NZ1340
phai
phái
phải

phao ○ BZ1341 NZ1341
phao
pháo
phào

phau ○ BZ1342 NZ1342
phau
phàu

phay ○ BZ1343 NZ1343
phay
pháy

phac ○ BZ1344 NZ1344
phác
phạc

pham ○ BZ1345 NZ1345
phàm
phạm

phan ○ BZ1346 NZ1346
phan
phán
phàn
phản
phạn

phap ○ BZ1347 NZ1347
pháp

phat ○ BZ1348 NZ1348
phát
phạt

phach ○ BZ1349 NZ1349
phách
phạch

phang ○ BZ1350 NZ1350
phang
phàng
phẳng

phanh ○ BZ1351 NZ1351
phanh
phành

phăn ○ BZ1352 NZ1352
phắn

phăt ○ BZ1353 NZ1353
phắt

phăng ○ BZ1354 NZ1354
phăng
phẳng

phâu ○ BZ1355 NZ1355
phẫu

phây ○ BZ1356 NZ1356
phây
phấy
phẩy

phâm ○ BZ1357 NZ1357
phẩm

phân BZ1358 NZ1358

phân
phấn
phần
phẫn
phận

phâp BZ1359 NZ1359

phấp
phập

phât BZ1360 NZ1360

phất
phật

phe BZ1361 NZ1361

phe
phé
phè

pheo BZ1362 NZ1362

phèo

phen BZ1363 NZ1363

phen
phén
phèn

phep BZ1364 NZ1364

phép

phet BZ1365 NZ1365

phét

pheng BZ1366 NZ1366

pheng
phéng

phê BZ1367 NZ1367

phê
phế

phệ

phêu BZ1368 NZ1368

phều
phễu

phêt BZ1369 NZ1369

phết
phệt

phêch BZ1370 NZ1370

phếch

phênh BZ1371 NZ1371

phềnh

phi BZ1372 NZ1372

phi
phí
phì
phỉ
phị

phia BZ1373 NZ1373

phía

phiu BZ1374 NZ1374

phịu

phiêu BZ1375 NZ1375

phiêu
phiếu

phim BZ1376 NZ1376

phim
phím

phin BZ1377 NZ1377

phin

phich BZ1378 NZ1378

phích

phịch

phinh BZ1379 NZ1379

phính
phình

phiêm BZ1380 NZ1380

phiếm

phiên BZ1381 NZ1381

phiên
phiến
phiền
phiện

phiêt BZ1382 NZ1382

phiệt

pho BZ1383 NZ1383

pho
phó
phò

phoi BZ1384 NZ1384

phòi

phom BZ1385 NZ1385

phom
phỏm

phot BZ1386 NZ1386

phót
phọt

phong BZ1387 NZ1387

phong
phóng
phòng
phỏng

phô BZ1388 NZ1388

phô

phố
phổ

phôi BZ1389 NZ1389

phôi
phối
phổi

phôn BZ1390 NZ1390

phôn
phồn

phôp BZ1391 NZ1391

phốp

phông BZ1392 NZ1392

phông
phồng
phổng
phỗng
phộng

phơ BZ1393 NZ1393

phơ
phớ
phờ
phở

phơi BZ1394 NZ1394

phơi
phới
phời

phơn BZ1395 NZ1395

phởn
phỡn

phơt BZ1396 NZ1396

phớt
phợt

phu ◉ BZ1397 NZ1397

phu
phú
phù
phủ
phũ
phụ

phui ◉ BZ1398 NZ1398

phui
phủi

phuc ◉ BZ1399 NZ1399

phúc
phục

phun ◉ BZ1400 NZ1400

phun
phún
phùn

phut ◉ BZ1401 NZ1401

phút

phung ◉ BZ1402 NZ1402

phùng
phụng

phưc ◉ BZ1403 NZ1403

phức
phực

phưt ◉ BZ1404 NZ1404

phựt

phược ◉ BZ1405 NZ1405

phước

phượt ◉ BZ1406 NZ1406

phượt

phương ◉ BZ1407 NZ1407

phương
phường
phượng

QU, qu

qua ◉ BZ1408 NZ1408

qua
quá
quà
quả
quạ

quai ◉ BZ1409 NZ1409

quai
quái
quải
quại

quay ◉ BZ1410 NZ1410

quay
quãy
quạy

quac ◉ BZ1411 NZ1411

quác
quạc

quan ◉ BZ1412 NZ1412

quan
quán
quàn
quản

quat ◉ BZ1413 NZ1413

quát
quạt

quach ◉ BZ1414 NZ1414

quách
quạch

quang ◉ BZ1415 NZ1415

quang
quáng
quàng
quảng
quãng

quanh ◉ BZ1416 NZ1416

quanh
quánh
quạnh

quăc ◉ BZ1417 NZ1417

quắc
quặc

quăm ◉ BZ1418 NZ1418

quăm
quắm

quăn ◉ BZ1419 NZ1419

quăn
quắn
quằn
quặn

quăp ◉ BZ1420 NZ1420

quắp
quặp

quăt ◉ BZ1421 NZ1421

quắt
quặt

quăng ◉ BZ1422 NZ1422

quăng

quẳng
quẳng
quặng

quây ◉ BZ1423 NZ1423

quây
quấy
quầy
quẩy
quẫy
quậy

quân ◉ BZ1424 NZ1424

quân
quấn
quần
quẩn
quẫn
quận

quât ◉ BZ1425 NZ1425

quất
quật

quâng ◉ BZ1426 NZ1426

quâng
quầng

que ◉ BZ1427 NZ1427

que
qué
què
quẻ

queo ◉ BZ1428 NZ1428

queo
quéo
quẹo

quen BZ1429 NZ1429

quen
quèn

quet BZ1430 NZ1430

quét
quẹt

quê BZ1431 NZ1431

quê
quế

quên BZ1432 NZ1432

quên

quêt BZ1433 NZ1433

quết

qui BZ1434 NZ1434

qui
quí
quì
quỉ
quĩ
quị

quy BZ1435 NZ1435

quy
quý
quỳ
quỷ
quỹ
quỵ

quyt BZ1436 NZ1436

quýt
quỵt

quyên BZ1437 NZ1437

quyên

quyến
quyền
quyển
quyện

quyêt BZ1438 NZ1438

quyết
quyệt

quynh BZ1439 NZ1439

quỳnh

R, r

ra BZ1440 NZ1440

ra
rá
rà
rả
rã
rạ

rai BZ1441 NZ1441

rai
rái
rài
rải
rãi
rại

rao BZ1442 NZ1442

rao
ráo
rào
rảo
rạo

rau BZ1443 NZ1443

rau

ray BZ1444 NZ1444

ray
ráy
rày

rac BZ1445 NZ1445

rác
rạc

ram BZ1446 NZ1446

ram
rám
rạm

ran BZ1447 NZ1447

rán
rạn

rap BZ1448 NZ1448

ráp
rạp

rat BZ1449 NZ1449

rát
rạt

rach BZ1450 NZ1450

rách
rạch

rang BZ1451 NZ1451

rang
ráng
ràng
rạng

ranh BZ1452 NZ1452

ranh
rành
rảnh

rãnh

răc BZ1453 NZ1453

rắc

răm BZ1454 NZ1454

rắm
rằm

răn BZ1455 NZ1455

răn
rắn
rằn

răp BZ1456 NZ1456

rắp
rặp

răng BZ1457 NZ1457

răng
rằng
rặng

râu BZ1458 NZ1458

rầu

rây BZ1459 NZ1459

rầy
rẫy

râm BZ1460 NZ1460

râm
rầm
rậm

rân BZ1461 NZ1461

rần
rận

râp BZ1462 NZ1462

rập

rât	BZ1463 NZ1463	rí		rọc		rôt	BZ1495 NZ1495
rất		rì		**rom**	BZ1485 NZ1485	rốt	
re	BZ1464 NZ1464	rỉ		róm		rột	
re		**ria**	BZ1475 NZ1475	**ron**	BZ1486 NZ1486	**rông**	BZ1496 NZ1496
ré		ria		rón		rông	
rè		rìa		**rot**	BZ1487 NZ1487	rống	
rẻ		rỉa		rót		rồng	
rẽ		**riu**	BZ1476 NZ1476	**rong**	BZ1488 NZ1488	rỗng	
reo	BZ1465 NZ1465	ríu		rong		rộng	
reo		rìu		ròng		**rơ**	BZ1497 NZ1497
réo		**riêu**	BZ1477 NZ1477	**rô**	BZ1489 NZ1489	rớ	
rem	BZ1466 NZ1466	riêu		rô		rờ	
rém		**rim**	BZ1478 NZ1478	rồ		rỡ	
rèm		rim		rổ		rợ	
ren	BZ1467 NZ1467	**rin**	BZ1479 NZ1479	rỗ		**rơi**	BZ1498 NZ1498
rén		rịn		rộ		rơi	
rèn		**rit**	BZ1480 NZ1480	**rôi**	BZ1490 NZ1490	**rơm**	BZ1499 NZ1499
ret	BZ1468 NZ1468	rít		rối		rơm	
rét		rịt		rồi		rớm	
reng	BZ1469 NZ1469	**rich**	BZ1481 NZ1481	rỗi		**rơn**	BZ1500 NZ1500
reng		rích		**rôc**	BZ1491 NZ1491	rờn	
rêu	BZ1470 NZ1470	rịch		rốc		rởn	
rêu		**riêng**	BZ1482 NZ1482	rộc		rợn	
rên	BZ1471 NZ1471	riêng		**rôm**	BZ1492 NZ1492	**rợp**	BZ1501 NZ1501
rên		riềng		rôm		rợp	
rêp	BZ1472 NZ1472	**ro**	BZ1483 NZ1483	**rôn**	BZ1493 NZ1493	**rớt**	BZ1502 NZ1502
rệp		ro		rốn		rớt	
rêt	BZ1473 NZ1473	rò		rộn		**ru**	BZ1503 NZ1503
rết		rõ		**rôp**	BZ1494 NZ1494	ru	
ri	BZ1474 NZ1474	rọ		rốp		rú	
ri		**roc**	BZ1484 NZ1484	rộp		rù	
		róc				rủ	

rũ

rua BZ1504 NZ1504

rua
rúa
rùa
rủa
rũa

rui BZ1505 NZ1505

rùi
rủi
rụi

ruôi BZ1506 NZ1506

ruối
ruồi

ruc BZ1507 NZ1507

rúc

run BZ1508 NZ1508

run
rủn

rut BZ1509 NZ1509

rút
rụt

rung BZ1510 NZ1510

rung
rùng
rụng

ruôc BZ1511 NZ1511

ruốc
ruộc

ruôt BZ1512 NZ1512

ruột

ruông BZ1513 NZ1513

ruồng
ruộng

rưa BZ1514 NZ1514

rứa
rửa

rươi BZ1515 NZ1515

rưỡi
rượi

rươu BZ1516 NZ1516

rượu

rưc BZ1517 N71517

rực

rưt BZ1518 NZ1518

rứt

rưng BZ1519 NZ1519

rưng
rừng

rươc BZ1520 NZ1520

rước

rươm BZ1521 NZ1521

rươm
rướm
rườm

rươn BZ1522 NZ1522

rướn

rươt BZ1523 NZ1523

rượt

S, s

sa BZ1524 NZ1524

sa
sá
sà
sả
sạ

sai BZ1525 NZ1525

sai
sái
sài

sao BZ1526 NZ1526

sao
sáo
sào
sảo

sau BZ1527 NZ1527

sau
sáu

say BZ1528 NZ1528

say
sảy

sac BZ1529 NZ1529

sạc

sam BZ1530 NZ1530

sam
sàm
sạm

san BZ1531 NZ1531

sán
sàn
sản

sạn

sap BZ1532 NZ1532

sáp
sạp

sat BZ1533 NZ1533

sát
sạt

sach BZ1534 NZ1534

sách
sạch

sang BZ1535 NZ1535

sang
sáng
sàng
sảng

sanh BZ1536 N71536

sanh
sánh
sành
sảnh

săc BZ1537 NZ1537

sắc
sặc

săm BZ1538 NZ1538

săm
sắm

săn BZ1539 NZ1539

săn
sắn
sẵn

săp BZ1540 NZ1540

sắp

săt BZ1541 NZ1541
sắt

săng BZ1542 NZ1542
sắng

sâu BZ1543 NZ1543
sâu
sấu
sầu
sậu

sây BZ1544 NZ1544
sây
sấy
sầy
sẩy

sâc BZ1545 NZ1545
sắc

sâm BZ1546 NZ1546
sâm
sấm
sầm
sẩm
sẫm
sậm

sân BZ1547 NZ1547
sân
sấn
sần

sâp BZ1548 NZ1548
sấp
sập

sât BZ1549 NZ1549
sất

sật

se BZ1550 NZ1550
se
sè
sẻ
sẽ

seo BZ1551 NZ1551
sẹo

sec BZ1552 NZ1552
séc

sen BZ1553 NZ1553
sen

set BZ1554 NZ1554
sét

sêu BZ1555 NZ1555
sếu

sên BZ1556 NZ1556
sên
sến

sêp BZ1557 NZ1557
sếp

sêt BZ1558 NZ1558
sật

sênh BZ1559 NZ1559
sênh

si BZ1560 NZ1560
si
sỉ
sĩ

siu BZ1561 NZ1561
siu

siêu BZ1562 NZ1562
siêu

sim BZ1563 NZ1563
sim

sip BZ1564 NZ1564
sịp

sit BZ1565 NZ1565
sít
sịt

sinh BZ1566 NZ1566
sinh
sính

siêm BZ1567 NZ1567
siêm

siêt BZ1568 NZ1568
siết

siêng BZ1569 NZ1569
siêng

so BZ1570 NZ1570
so
sò
sỏ
sọ

soi BZ1571 NZ1571
soi
sói
sỏi

soai BZ1572 NZ1572
soái

soc BZ1573 NZ1573
sóc

sọc

son BZ1574 NZ1574
son

sop BZ1575 NZ1575
sóp
sọp

sot BZ1576 NZ1576
sót
sọt

song BZ1577 NZ1577
song
sóng
sòng

soan BZ1578 NZ1578
soán
soạn

soat BZ1579 NZ1579
soát
soạt

soang BZ1580 NZ1580
soang

sô BZ1581 NZ1581
sô
số
sồ
sổ
sỗ
sộ

sôi BZ1582 NZ1582
sôi

sôc BZ1583 NZ1583
sốc

sộp BZ1584 NZ1584

sộp

sôt BZ1585 NZ1585

sốt
sột

sông BZ1586 NZ1586

sông
sống
sồng

sơ BZ1587 NZ1587

sơ
sớ
sờ
sở
sợ

sơi BZ1588 NZ1588

sởi
sợi

sớm BZ1589 NZ1589

sớm

sơn BZ1590 NZ1590

sơn
sờn

su BZ1591 NZ1591

su
sú
sù
sụ

sua BZ1592 NZ1592

sủa
sụa

suê BZ1593 NZ1593

suê

sui BZ1594 NZ1594

sùi
sủi
sụi

suy BZ1595 NZ1595

suy

suôi BZ1596 NZ1596

suôi
suối

suc BZ1597 NZ1597

súc
sục

sum BZ1598 NZ1598

sum
súm
sùm

sun BZ1599 NZ1599

sun
sún
sụn

sup BZ1600 NZ1600

súp
sụp

sut BZ1601 NZ1601

sút
sụt

sung BZ1602 NZ1602

sung
súng
sùng

sủng
sũng
sụng

suôt BZ1603 NZ1603

suốt

suông BZ1604 NZ1604

suông
suồng

sư BZ1605 NZ1605

sư
sứ
sử
sư

sưa BZ1606 NZ1606

sứa
sửa
sữa

sưu BZ1607 NZ1607

sưu
sửu

sưc BZ1608 NZ1608

sức
sực

sưt BZ1609 NZ1609

sứt
sựt

sưng BZ1610 NZ1610

sưng
sừng
sửng
sững
sựng

sươn BZ1611 NZ1611

sườn

sương BZ1612 NZ1612

sương
sướng
sượng

sy BZ1613 NZ1613

sỹ

T, t

ta BZ1614 NZ1614

ta
tả
tà
tả
tã
tạ

tai BZ1615 NZ1615

tai
tái
tài
tải
tại

tao BZ1616 NZ1616

tao
táo
tào
tảo
tạo

tau BZ1617 NZ1617

tau
táu
tàu

tay ⊙ BZ1618 NZ1618

tay
táy
tày

tac ⊙ BZ1619 NZ1619

tác
tạc

tam ⊙ BZ1620 NZ1620

tam
tám
tàm
tạm

tan ⊙ BZ1621 NZ1621

tan
tán
tàn
tản

tap ⊙ BZ1622 NZ1622

táp
tạp

tat ⊙ BZ1623 NZ1623

tát
tạt

tach ⊙ BZ1624 NZ1624

tách
tạch

tang ⊙ BZ1625 NZ1625

tang
táng
tàng
tảng
tạng

tanh ⊙ BZ1626 NZ1626

tanh
tánh
tành
tạnh

tăc ⊙ BZ1627 NZ1627

tắc
tặc

tăm ⊙ BZ1628 NZ1628

tăm
tắm
tằm

tăn ⊙ BZ1629 NZ1629

tăn
tắn

tăp ⊙ BZ1630 NZ1630

tắp

tăt ⊙ BZ1631 NZ1631

tắt

tăng ⊙ BZ1632 NZ1632

tăng
tằng
tặng

tâu ⊙ BZ1633 NZ1633

tâu
tấu
tẩu
tậu

tây ⊙ BZ1634 NZ1634

tây
tấy
tầy

tẩy

tậc ⊙ BZ1635 NZ1635

tấc
tậc

tâm ⊙ BZ1636 NZ1636

tâm
tấm
tầm
tẩm

tân ⊙ BZ1637 NZ1637

tân
tấn
tần
tẩn
tận

tập ⊙ BZ1638 NZ1638

tấp
tập

tât ⊙ BZ1639 NZ1639

tất
tật

tâng ⊙ BZ1640 NZ1640

tâng
tầng

te ⊙ BZ1641 NZ1641

te
té
tè
tẻ

teo ⊙ BZ1642 NZ1642

teo
tèo
tẹo

tem ⊙ BZ1643 NZ1643

tem

ten ⊙ BZ1644 NZ1644

ten

tep ⊙ BZ1645 NZ1645

tép

tet ⊙ BZ1646 NZ1646

tét
tẹt

teng ⊙ BZ1647 NZ1647

teng
téng
tèng

tê ⊙ BZ1648 NZ1648

tê
tế
tề
tể
tễ
tệ

têu ⊙ BZ1649 NZ1649

têu
tếu

têm ⊙ BZ1650 NZ1650

têm

tên ⊙ BZ1651 NZ1651

tên

têp ⊙ BZ1652 NZ1652

tệp

têt ⊙ BZ1653 NZ1653

tết

tênh BZ1654 NZ1654

tênh
tềnh
tễnh

ti BZ1655 NZ1655

ti
tí
tì
tỉ
tĩ
tị

tia BZ1656 NZ1656

tia
tía
tỉa

tiu BZ1657 NZ1657

tĩu

tiêu BZ1658 NZ1658

tiêu
tiếu
tiều
tiểu

tim BZ1659 NZ1659

tim
tím
tìm
tỉm

tin BZ1660 NZ1660

tin
tín

tip BZ1661 NZ1661

típ
tịp

tit BZ1662 NZ1662

tít
tịt

tich BZ1663 NZ1663

tích
tịch

tinh BZ1664 NZ1664

tinh
tính
tình
tỉnh
tĩnh
tịnh

tiêm BZ1665 NZ1665

tiêm
tiềm
tiệm

tiên BZ1666 NZ1666

tiên
tiến
tiền
tiễn
tiện

tiêt BZ1667 NZ1667

tiết
tiệt

tiêng BZ1668 NZ1668

tiếng

to BZ1669 NZ1669

to
tò
tỏ
tọ

toa BZ1670 NZ1670

toa
tòa
tỏa
tọa

toe BZ1671 NZ1671

toe
tóe

toi BZ1672 NZ1672

toi
tòi
tỏi

toc BZ1673 NZ1673

tóc
tọc

tom BZ1674 NZ1674

tóm
tỏm

ton BZ1675 NZ1675

ton

top BZ1676 NZ1676

tóp

tot BZ1677 NZ1677

tót
tọt

tong BZ1678 NZ1678

tong
tòng

toac BZ1679 NZ1679

toác
toạc

toan BZ1680 NZ1680

toan
toán
toàn
toản

toat BZ1681 NZ1681

toát

toach BZ1682 NZ1682

toạch

tô BZ1683 NZ1683

tô
tố
tồ
tổ
tộ

tôi BZ1684 NZ1684

tôi
tối
tồi
tội

tôc BZ1685 NZ1685

tốc
tộc

tôm BZ1686 NZ1686

tôm

tôn BZ1687 NZ1687

tôn
tốn
tồn
tổn

tôp BZ1688 NZ1688

tốp

tôt BZ1689 NZ1689
tốt
tột

tông BZ1690 NZ1690
tông
tống
tồng
tổng

tơ BZ1691 NZ1691
tơ
tớ
tờ

tơi BZ1692 NZ1692
tơi
tới

tơm BZ1693 NZ1693
tởm

tơn BZ1694 NZ1694
tơn
tớn
tợn

tu BZ1695 NZ1695
tu
tú
tù
tủ
tụ

tua BZ1696 NZ1696
tua
tủa

tuê BZ1697 NZ1697
tuế

tuệ

tui BZ1698 NZ1698
tui
túi
tủi
tụi

tuy BZ1699 NZ1699
tuy
túy
tùy
tủy
tụy

tuôi BZ1700 NZ1700
tuổi

tuc BZ1701 NZ1701
túc
tục

tum BZ1702 NZ1702
túm
tùm
tủm
tụm

tun BZ1703 NZ1703
tun
tún
tùn
tủn
tũn

tup BZ1704 NZ1704
túp
tụp

tut BZ1705 NZ1705
tút

tụt

tung BZ1706 NZ1706
tung
túng
tùng
tụng

tuôc BZ1707 NZ1707
tuộc

tuôn BZ1708 NZ1708
tuôn
tuồn

tuôt BZ1709 NZ1709
tuốt
tuột

tuông BZ1710 NZ1710
tuồng
tuồng

tư BZ1711 NZ1711
tư
tứ
từ
tử
tự

tưa BZ1712 NZ1712
tứa
tựa

tươi BZ1713 NZ1713
tươi
tưới
tưởi

tưc BZ1714 NZ1714
tức

tưng BZ1715 NZ1715
tưng
tứng
từng

tược BZ1716 NZ1716
tước
tược

tươm BZ1717 NZ1717
tươm

tươt BZ1718 NZ1718
tướt
tượt

tương BZ1719 NZ1719
tương
tướng
tường
tưởng
tượng

ty BZ1720 NZ1720
ty
tý
tỳ
tỷ
tỹ
tỵ

TH, th

tha BZ1721 NZ1721
tha
thá
thà
thả

thai BZ1722 NZ1722

thai
thái
thải
thãi

thao BZ1723 NZ1723

thao
tháo
thào
thảo
thạo

thau BZ1724 NZ1724

thau

thay BZ1725 NZ1725

thay
thảy

thac BZ1726 NZ1726

thác
thạc

tham BZ1727 NZ1727

tham
thám
thảm

than BZ1728 NZ1728

than
thán
thản

thap BZ1729 NZ1729

tháp

that BZ1730 NZ1730

thát

thach BZ1731 NZ1731

thách
thạch

thang BZ1732 NZ1732

thang
tháng

thanh BZ1733 NZ1733

thanh
thánh
thành
thảnh
thạnh

thăm BZ1734 NZ1734

thăm
thắm
thằm
thẳm

thăn BZ1735 NZ1735

thăn
thắn
thằn
thẳn

thăp BZ1736 NZ1736

thắp

thăt BZ1737 NZ1737

thắt

thăng BZ1738 NZ1738

thăng
thắng
thằng
thẳng

thâu BZ1739 NZ1739

thâu
thấu
thầu

thây BZ1740 NZ1740

thây
thấy
thầy
thẩy

thâm BZ1741 NZ1741

thâm
thấm
thầm
thẩm
thẫm
thậm

thân BZ1742 NZ1742

thân
thần
thẩn
thẫn
thận

thâp BZ1743 NZ1743

thấp
thập

thât BZ1744 NZ1744

thất
thật

the BZ1745 NZ1745

the
thé
thè
thẻ

theo BZ1746 NZ1746

theo
thẹo

them BZ1747 NZ1747

thèm

then BZ1748 NZ1748

then
thẹn

thep BZ1749 NZ1749

thép

thet BZ1750 NZ1750

thét

thê BZ1751 NZ1751

thê
thế
thề
thể
thệ

thêu BZ1752 NZ1752

thêu
thều

thêm BZ1753 NZ1753

thêm
thềm

thêch BZ1754 NZ1754

thếch

thênh BZ1755 NZ1755

thênh

thi BZ1756 NZ1756

thi
thí

thì
thỉ
thị

thia BZ1757 NZ1757

thía
thìa

thiu BZ1758 NZ1758

thiu

thiêu BZ1759 NZ1759

thiêu
thiếu
thiều
thiểu
thiệu

thim BZ1760 NZ1760

thím

thin BZ1761 NZ1761

thin
thín
thìn

thit BZ1762 NZ1762

thít
thịt

thich BZ1763 NZ1763

thích

thinh BZ1764 NZ1764

thinh
thính
thình
thỉnh
thịnh

thiên BZ1765 NZ1765

thiên
thiến
thiền
thiển
thiện

thiêt BZ1766 NZ1766

thiết
thiệt

thiêng BZ1767 NZ1767

thiêng

tho BZ1768 NZ1768

tho
thó
thò
thỏ
thọ

thoa BZ1769 NZ1769

thoa
thỏa
thõa

thoi BZ1770 NZ1770

thoi
thói
thòi
thỏi

thoai BZ1771 NZ1771

thoái
thoải
thoại

thoc BZ1772 NZ1772

thóc
thọc

thom BZ1773 NZ1773

thòm
thỏm
thõm

thon BZ1774 NZ1774

thon

thop BZ1775 NZ1775

thóp
thọp

thot BZ1776 NZ1776

thót
thọt

thong BZ1777 NZ1777

thong
thòng

thoat BZ1778 NZ1778

thoát
thoạt

thoang BZ1779 NZ1779

thoang
thoáng
thoảng

thô BZ1780 NZ1780

thô
thố
thồ
thổ
thộ

thôi BZ1781 NZ1781

thôi
thối
thổi

thôc BZ1782 NZ1782

thốc

thôn BZ1783 NZ1783

thôn
thốn
thổn
thộn

thôt BZ1784 NZ1784

thốt
thột

thông BZ1785 NZ1785

thông
thống

thơ BZ1786 NZ1786

thơ
thớ
thờ
thở
thợ

thơi BZ1787 NZ1787

thơi
thới
thời

thơm BZ1788 NZ1788

thơm

thơn BZ1789 NZ1789

thơn
thớn

thơt BZ1790 NZ1790

thớt

thu BZ1791 NZ1791

thu

thú
thù
thủ
thụ

thua ⊙ BZ1792 NZ1792
thua

thuê ⊙ BZ1793 NZ1793
thuê
thuế

thuy ⊙ BZ1794 NZ1794
thúy
thùy
thủy
thụy

thuc ⊙ BZ1795 NZ1795
thúc
thục

thum ⊙ BZ1796 NZ1796
thum
thúm
thủm
thụm

thun ⊙ BZ1797 NZ1797
thun
thún

thut ⊙ BZ1798 NZ1798
thút
thụt

thung ⊙ BZ1799 NZ1799
thung
thúng
thùng
thủng

thũng
thụng

thuôc ⊙ BZ1800 NZ1800
thuốc
thuộc

thuôn ⊙ BZ1801 NZ1801
thuôn

thuông ⊙ BZ1802 NZ1802
thuồng
thuổng

thư ⊙ BZ1803 NZ1803
thư
thứ
thừ
thử
thự

thưa ⊙ BZ1804 NZ1804
thưa
thừa
thửa

thưc ⊙ BZ1805 NZ1805
thức
thực

thưng ⊙ BZ1806 NZ1806
thừng

thươc ⊙ BZ1807 NZ1807
thước

thươt ⊙ BZ1808 NZ1808
thướt
thượt

thương ⊙ BZ1809 NZ1809
thương

thường
thưởng
thượng

TR, tr

tra ⊙ BZ1810 NZ1810
tra
trá
trà
trả

trai ⊙ BZ1811 NZ1811
trai
trái
trải
trãi
trại

trao ⊙ BZ1812 NZ1812
trao
tráo
trào

trau ⊙ BZ1813 NZ1813
trau

trac ⊙ BZ1814 NZ1814
trác
trạc

tram ⊙ BZ1815 NZ1815
trám
tràm
trảm
trạm

tran ⊙ BZ1816 NZ1816
tran
trán

tràn

trap ⊙ BZ1817 NZ1817
tráp

trat ⊙ BZ1818 NZ1818
trát

trach ⊙ BZ1819 NZ1819
trách
trạch

trang ⊙ BZ1820 NZ1820
trang
tráng
tràng
trạng

tranh ⊙ BZ1821 NZ1821
tranh
tránh

trăc ⊙ BZ1822 NZ1822
trắc
trặc

trăm ⊙ BZ1823 NZ1823
trăm

trăn ⊙ BZ1824 NZ1824
trăn

trăng ⊙ BZ1825 NZ1825
trăng
trắng

trâu ⊙ BZ1826 NZ1826
trâu
trấu
trầu
trẩu

trây ● BZ1827 NZ1827
trây
trấy
trầy
trẩy

trâm ● BZ1828 NZ1828
trâm
trầm
trẫm

trân ● BZ1829 NZ1829
trân
trấn
trần
trận

trât ● BZ1830 NZ1830
trất
trật

tre ● BZ1831 NZ1831
tre
trẻ

treo ● BZ1832 NZ1832
treo
trèo
trẻo
trẹo

tren ● BZ1833 NZ1833
tren
trèn
trẽn

trê ● BZ1834 NZ1834
trê
trề
trễ

trệ

trêu ● BZ1835 NZ1835
trêu

trêm ● BZ1836 NZ1836
trễm

trên ● BZ1837 NZ1837
trên

trêt ● BZ1838 NZ1838
trệt

trêch ● BZ1839 NZ1839
trếch
trệch

tri ● BZ1840 NZ1840
tri
trí
trì
trỉ
trĩ
trị

tria ● BZ1841 NZ1841
trịa

triu ● BZ1842 NZ1842
trìu
trĩu

triêu ● BZ1843 NZ1843
triều
triệu

trich ● BZ1844 NZ1844
trích

trinh ● BZ1845 NZ1845
trinh

trình
trịnh

triên ● BZ1846 NZ1846
triền
triển

triêt ● BZ1847 NZ1847
triết
triệt

tro ● BZ1848 NZ1848
tro
trò
trỏ
trọ

troi ● BZ1849 NZ1849
trói
trọi

troc ● BZ1850 NZ1850
tróc
trọc

tron ● BZ1851 NZ1851
tròn
trọn

trot ● BZ1852 NZ1852
trót
trọt

trong ● BZ1853 NZ1853
trong
tròng
trọng

trô ● BZ1854 NZ1854
trô
trố

trồ
trổ

trôi ● BZ1855 NZ1855
trôi
trồi
trỗi
trội

trôm ● BZ1856 NZ1856
trộm

trôn ● BZ1857 NZ1857
trôn
trốn
trộn

trông ● BZ1858 NZ1858
trông
trống
trồng

trơ ● BZ1859 NZ1859
trơ
trớ
trở
trợ

trơi ● BZ1860 NZ1860
trời

trơn ● BZ1861 NZ1861
trơn
trớn
trợn

trơt ● BZ1862 NZ1862
trớt
trợt

tru ● BZ1863 NZ1863

tru
trú
trù
trũ
trụ

truy ● BZ1864 NZ1864

truy
trụy

truc ● BZ1865 NZ1865

trúc
trục

trum ● BZ1866 NZ1866

trum
trùm

trut ● R71867 NZ1867

trút

trung ● R71868 NZ1868

trung
trúng
trùng
trũng
trụng

truôn ● BZ1869 NZ1869

truồn

trư ● BZ1870 NZ1870

trư
trứ
trừ
trữ

trưa ● BZ1871 NZ1871

trưa

trưu ● BZ1872 NZ1872

trừu

trươi ● BZ1873 NZ1873

trượi

trực ● BZ1874 NZ1874

trực

trưng ● BZ1875 NZ1875

trưng
trứng
trừng

trước ● BZ1876 NZ1876

trước
trược

trươm ● BZ1877 NZ1877

trườm

trươn ● BZ1878 NZ1878

trườn

trượt ● BZ1879 NZ1879

trượt

trương ● BZ1880 NZ1880

trương
trướng
trường
trưởng
trượng

V, v

va ● BZ1881 NZ1881

va
vá
và
vả

vã
vạ

vai ● BZ1882 NZ1882

vai
vái
vài
vải
vãi
vại

vay ● BZ1883 NZ1883

vay
váy
vảy
vầy
vạy

vac ● BZ1884 NZ1884

vác
vạc

vam ● BZ1885 NZ1885

vạm

van ● BZ1886 NZ1886

van
ván
vàn
vãn
vạn

vat ● BZ1887 NZ1887

vát
vạt

vach ● BZ1888 NZ1888

vách
vạch

vang ● BZ1889 NZ1889

vang
váng
vàng
vãng
vạng

vanh ● BZ1890 NZ1890

vanh
vánh
vành
vảnh
vạnh

vắc ● BZ1891 NZ1891

vắc

văn ● BZ1892 NZ1892

văn
vắn
vằn
vẳn
vẵn
vặn

vắt ● BZ1893 NZ1893

vắt
vặt

văng ● BZ1894 NZ1894

văng
vắng
vằng
vẳng
vặng

vâu ● BZ1895 NZ1895

vâu
vấu

vầu
vầu

vây BZ1896 NZ1896
vây
vấy
vầy
vẩy
vẫy
vậy

vân BZ1897 NZ1897
vân
vấn
vần
vẩn
vẫn
vận

vât BZ1898 NZ1898
vất
vật

vâng BZ1899 NZ1899
vâng
vầng

ve BZ1900 NZ1900
ve
vé
vè
vẻ
vẽ

veo BZ1901 NZ1901
veo
véo
vèo
vẹo

ven BZ1902 NZ1902
ven
vén
vẻn
vẹn

vet BZ1903 NZ1903
vét
vẹt

vê BZ1904 NZ1904
vê
vế
về
vệ

vêu BZ1905 NZ1905
vêu
vếu
vểu

vêt BZ1906 NZ1906
vết
vệt

vêch BZ1907 NZ1907
vếch

vênh BZ1908 NZ1908
vênh
vếnh
vềnh
vểnh

vi BZ1909 NZ1909
vi
ví
vì
vỉ
vĩ

vị

via BZ1910 NZ1910
vía
vìa
vỉa

viu BZ1911 NZ1911
vìu
vịu

vin BZ1912 NZ1912
vịn

vip BZ1913 NZ1913
víp

vit BZ1914 NZ1914
vít
vịt

vinh BZ1915 NZ1915
vinh
vĩnh
vịnh

viêm BZ1916 NZ1916
viêm

viên BZ1917 NZ1917
viên
viền
viển
viễn
viện

viêt BZ1918 NZ1918
viết
việt

viêng BZ1919 NZ1919
viếng

vo BZ1920 NZ1920
vo
vó
vò
vỏ
võ
vọ

voi BZ1921 NZ1921
voi
vòi

voc BZ1922 NZ1922
vóc
vọc

vom BZ1923 NZ1923
vom
vòm

von BZ1924 NZ1924
von
vón
vỏn

vot BZ1925 NZ1925
vót
vọt

vong BZ1926 NZ1926
vong
vòng
vỏng
võng
vọng

voan BZ1927 NZ1927
voan

vô ● BZ1928 NZ1928

vô
vố
vồ
vỗ

vôi ● BZ1929 NZ1929

vôi
vối
vội

vôc ● BZ1930 NZ1930

vốc
vộc

vôn ● BZ1931 NZ1931

vốn
vồn

vông ● BZ1932 NZ1932

vông
vồng

vơ ● BZ1933 NZ1933

vơ
vớ
vờ
vở
vỡ
vợ

vơi ● BZ1934 NZ1934

vơi
với
vời

vơn ● BZ1935 NZ1935

vớn
vờn
vởn

vơt ● BZ1936 NZ1936

vớt
vợt

vu ● BZ1937 NZ1937

vu
vú
vù
vũ
vụ

vua ● BZ1938 NZ1938

vua

vui ● BZ1939 NZ1939

vui
vùi

vun ● BZ1940 NZ1940

vun
vùn
vụn

vut ● BZ1941 NZ1941

vút
vụt

vung ● BZ1942 NZ1942

vung
vùng
vũng
vụng

vuôt ● BZ1943 NZ1943

vuốt
vuột

vưa ● BZ1944 NZ1944

vừa
vữa

vựa

vực ● BZ1945 NZ1945

vực

vưt ● BZ1946 NZ1946

vứt
vựt

vưng ● BZ1947 NZ1947

vừng
vững
vựng

vươn ● BZ1948 NZ1948

vươn
vướn
vườn
vượn

vươt ● BZ1949 NZ1949

vượt

vương ● BZ1950 NZ1950

vương
vướng
vượng

vy ● BZ1951 NZ1951

vy
vỹ

X, x

xa ● BZ1952 NZ1952

xa
xá
xà
xả
xã

xạ

xai ● BZ1953 NZ1953

xài

xao ● BZ1954 NZ1954

xao
xáo
xào
xảo
xạo

xay ● BZ1955 NZ1955

xay
xảy

xac ● BZ1956 NZ1956

xác
xạc

xam ● BZ1957 NZ1957

xam
xám
xàm

xan ● BZ1958 NZ1958

xán

xap ● BZ1959 NZ1959

xáp

xat ● BZ1960 NZ1960

xát
xạt

xach ● BZ1961 NZ1961

xách

xanh ● BZ1962 NZ1962

xanh

xăn BZ1963 NZ1963	xec BZ1973 NZ1973	xĩ	xó
xắn	xéc	xị	xỏ
xăng BZ1964 NZ1964	xem BZ1974 NZ1974	xia BZ1983 NZ1983	xọ
xăng	xem	xía	xoa BZ1993 NZ1993
xâu BZ1965 NZ1965	xém	xỉa	xoa
xấu	xẹm	xiu BZ1984 NZ1984	xóa
xây BZ1966 NZ1966	xen BZ1975 NZ1975	xiu	xòa
xây	xen	xíu	xõa
xẩy	xén	xìu	xoe BZ1994 NZ1994
xâc BZ1967 NZ1967	xep BZ1976 NZ1976	xỉu	xòe
xấc	xẹp	xiêu BZ1985 NZ1985	xoai BZ1995 NZ1995
xâm BZ1968 NZ1968	xet BZ1977 NZ1977	xiêu	xoài
xẩm	xét	xin BZ1986 NZ1986	xoay BZ1996 NZ1996
xẫm	xẹt	xin	xoay
xậm	xeng BZ1978 NZ1978	xỉn	xoáy
xâp BZ1969 NZ1969	xèng	xịn	xom BZ1997 NZ1997
xấp	xẻng	xit BZ1987 NZ1987	xóm
xập	xê BZ1979 NZ1979	xít	xon BZ1998 NZ1998
xât BZ1970 NZ1970	xê	xịt	xón
xất	xế	xich BZ1988 NZ1988	xọn
xật	xề	xích	xop BZ1999 NZ1999
xe BZ1971 NZ1971	xệ	xịch	xóp
xe	xêp BZ1980 NZ1980	xinh BZ1989 NZ1989	xọp
xé	xếp	xinh	xot BZ2000 NZ2000
xè	xêch BZ1981 NZ1981	xính	xót
xẻ	xếch	xiêm BZ1990 NZ1990	xong BZ2001 NZ2001
xeo BZ1972 NZ1972	xệch	xiêm	xong
xéo	xi BZ1982 NZ1982	xiên BZ1991 NZ1991	xoac BZ2002 NZ2002
xèo	xi	xiên	xoạc
xẻo	xí	xiền	xoan BZ2003 NZ2003
	xì	xo BZ1992 NZ1992	xoan
	xỉ	xo	

xoàn

xoat BZ2004 NZ2004

xoạt

xoach BZ2005 NZ2005

xoách
xoạch

xoang BZ2006 NZ2006

xoang
xoàng
xoảng
xoạng

xô BZ2007 NZ2007

xô
xố
xồ
xổ
xổ

xôi R72008 NZ2008

xôi
xối
xổi

xôc BZ2009 NZ2009

xốc
xộc

xôm BZ2010 NZ2010

xồm
xổm

xôn BZ2011 NZ2011

xôn
xốn

xôp BZ2012 NZ2012

xốp

xộp

xôt BZ2013 NZ2013

xột

xông BZ2014 NZ2014

xông
xống
xổng

xơ BZ2015 NZ2015

xơ
xớ

xơi BZ2016 NZ2016

xơi
xới
xời
xởi

xơn BZ2017 NZ2017

xớn
xờn

xơt BZ2018 NZ2018

xớt

xu BZ2019 NZ2019

xu
xú
xù

xua BZ2020 NZ2020

xua

xui BZ2021 NZ2021

xui
xúi

xuôi BZ2022 NZ2022

xuôi

xuc BZ2023 NZ2023

xúc
xục

xum BZ2024 NZ2024

xúm

xut BZ2025 NZ2025

xút
xụt

xung BZ2026 NZ2026

xung

xuông BZ2027 NZ2027

xuông
xuống
xuồng

xư BZ2028 NZ2028

xư
xứ
xừ
xử

xưa BZ2029 NZ2029

xưa
xửa

xươi BZ2030 NZ2030

xượi

xưc BZ2031 NZ2031

xức
xực

xưn BZ2032 NZ2032

xưn

xưng BZ2033 NZ2033

xưng

xứng

xươc BZ2034 NZ2034

xước
xược

xươt BZ2035 NZ2035

xướt
xượt

xương BZ2036 NZ2036

xương
xướng
xưởng
xượng

台灣廣廈 國際出版集團
Taiwan Mansion International Group

國家圖書館出版品預行編目（CIP）資料

我的第一本越南語發音／阮秋姮著.
--初版. -- 新北市：國際學村, 2017.06
　　面；　公分.
　ISBN 978-986-454-041-9（平裝）
　1.越南語　2.發音

803.7941　　　　　　　　106003969

國際學村

我的第一本越南語發音

作　　者／阮秋姮	編輯中心／第六編輯室
審　　定／范瑞薔薇	編 輯 長／伍峻宏・編輯／王文強
繪　　圖／歐雅玲、黎宇珠	封面設計／何偉凱・內頁排版／東豪印刷事業有限公司
	製版・印刷・裝訂／東豪・弨聖・紘億・明和

行企研發中心總監／陳冠蒨　　　　線上學習中心總監／陳冠蒨
媒體公關組／陳柔彣　　　　　　　數位營運組／顏佑婷
綜合業務組／何欣穎　　　　　　　企製開發組／江季珊

發 行 人／江媛珍
法律顧問／第一國際法律事務所 余淑杏律師・北辰著作權事務所 蕭雄淋律師
出　　版／台灣廣廈有聲圖書有限公司
　　　　　地址：新北市235中和區中山路二段359巷7號2樓
　　　　　電話：(886) 2-2225-5777・傳真：(886) 2-2225-8052
讀者服務信箱／cs@booknews.com.tw

代理印務・全球總經銷／知遠文化事業有限公司
　　　　　地址：新北市222深坑區北深路三段155巷25號5樓
　　　　　電話：(886) 2-2664-8800・傳真：(886) 2-2664-8801
郵 政 劃 撥／劃撥帳號：18836722
　　　　　劃撥戶名：知遠文化事業有限公司（※單次購書金額未達1000元，請另付70元郵資。）

■ 出版日期：2017年6月　　　　ISBN：978-986-454-041-9
　　　　　2023年7月7刷　　　版權所有，未經同意不得重製、轉載、翻印。